அரசியல் பிழைத்தோர்
கட்டுரைகள்

அரசியல் பிழைத்தோர்

கட்டுரைகள்

R.P. ராஜநாயஹம்

Title : Arasiyal Pizhaithor
Author's Name : R.P. Rajanayahem
Copyright © R.P. Rajanayahem
Published by Ezutthu Prachuram

Ezutthu Prachuram
(An imprint of Zero Degree Publishing)
No.55(7), RBlock,
6th Avenue, Anna Nagar
Chennai - 600040

Website: www.zerodegreepublishing.com
E Mail id: zerodegreepublishing@gmail.com
Phone : 98400 65000

First Edition by Ezutthu Prachuram: February 2021
ISBN : 978 81 951259 0 6
TITLE NO EP : 172

Cover Design : Humshini
Layout : Thendral Sivakumar

கடந்த காலங்களில் தமிழக அரசியலில் மக்கள் செல்வாக்கு
மிகுந்த தலைவர்கள் ஐந்து பேர்.

காமராஜர், அண்ணா, கருணாநிதி,
எம். ஜி.ஆர், ஜெயலலிதா

இவர்களில் கருணாநிதியின் விசேஷ தனித்துவம்
மற்ற நான்கு தலைவர்களுடனும்
அரசியல் செய்தவர் என்பது தான்.

எழுபது ஆண்டு காலத்தைத் தாண்டிய
தீவிர அரசியல் வாழ்வுக்கு
சொந்தக்காரரான
கலைஞர் மு. கருணாநிதி அவர்களுக்கு
இந்த நூல் சமர்ப்பணம்.

கண்ணதாசனின் அரசியல் வாழ்வு

அரசியலில் இருந்துகொண்டே சினிமாவுக்கு பாடல் எழுதிய கண்ணதாசன் அவ்வப்போதைய அரசியல் சூழ்நிலை, தன் மனநிலை இரண்டையும் சினிமா பாடல்களில் வெளிப்படுத்தியிருக்கிறார்.

திமுகவில் இருந்து சம்பத்தோடு வெளியேறிய சூழலில் அண்ணாதுரை பற்றி "அவனை நினைத்தே நானிருந்தேன். அவன் தன்னை நினைத்தே வாழ்ந்திருந்தான். இன்னும் அவனை மறக்கவில்லை. அவன் இத்தனை செய்தும் நான் வெறுக்கவில்லை. அண்ணன் காட்டிய வழியம்மா." - படித்தால் மட்டும் போதுமா.

"அண்ணன் என்னடா தம்பி என்னடா அவசரமான உலகத்திலே" அவர் அண்ணா ஏல்எஸ் இவர் கேட்டு பணம் கொடுக்காததனால்.

தமிழ் தேசியகட்சி காங்கிரஸில் இணையும் சூழலில் காமராஜரைக் குறித்து 'அந்த சிவகாமி மகனிடம் சேதி சொல்லடி. என்னை சேரும் நாள் பார்க்க சொல்லடி. வேறு எவரோடும் நான் பேச வார்த்தை ஏதடி' என்ற பாடல் – பட்டணத்தில் பூதம்.

அண்ணாதுரை அமெரிக்காவில் புற்றுநோய்க்கு வைத்தியம் பார்த்துவிட்டுத் திரும்பி வந்தபோது "நலம்தானா? நலம்தானா? உடலும் உள்ளமும் நலம் தானா?" - தில்லானா மோகனாம்பாள்.

இப்படி பல பாடல்கள் பற்றி பட்டிமன்ற பேச்சாளர்கள், பிரபலமான பேச்சாளர்கள் மட்டுமல்ல; சாதாரண உரையாடல்களில் பலரும் பல கண்ணதாசன் பாடல்கள் பற்றி பேசிக்கொள்வார்கள்.

நான் இங்கு குறிப்பிடப் போகும் பாடல் பற்றி யாருக்கும் தெரியாது. ஏனென்றால் இந்தப் பாடல் பற்றி யாருமே குறிப்பிட்டதில்லை. "நீங்கள் அத்தனை பேரும் உத்தமர்தானா சொல்லுங்கள்." இது பாட்டின் சரணவரிகள். அப்போதெல்லாம் தி.மு.கவுக்கு அடுத்த

இடத்தில் ஸ்தாபனகாங்கிரஸ் இருந்தது. கண்ணதாசன் இந்திரா காங்கிரஸ் என்றாலும் கண்ணதாசனின் இயல்பான மீறல் காமராஜரைத் தன் தலைவராக வரித்து இரண்டு காங்கிரஸ் இயக்கமும் இணைந்து அரசியல் செய்யவேண்டும் என்ற நோக்கத்தில் உறுதிகொண்டிருந்தார். காமராஜர் மேல் அளவு கடந்த பற்று. திமுகவுக்கு எதிர்க்கட்சி ஸ்தாபனகாங்கிரஸ். திமுக இறங்கினால் ஸ்தாபனகாங்கிரஸ் ஆட்சிக் கட்டில் ஏறும் என்ற நிலை. (தீப்பொறி ஆறுமுகம் அப்போது ஸ்தாபனகாங்கிரஸ் பேச்சாளர்!)

திடீரென்று எம்.ஜி.ஆர் திமுகவிலிருந்து விலகி அண்ணா திமுக ஆரம்பித்தவுடன் மக்கள் செல்வாக்கு அவருக்கு வந்துவிட்டது. நாஞ்சில் மனோகரன்தான் கண்ணதாசனின் அரசியல் எதிரி என்று கவிஞர் அறிவித்திருந்தார். திண்டுக்கல் பாராளுமன்ற இடைத்தேர்தலில் நாஞ்சில் மனோகரன் எம்.ஜி.ஆரால் வேட்பாளர் ஆக்கப்பட்டால் அவரை எதிர்த்துப் போட்டியிடுவேன் என கண்ணதாசன் பகிரங்கமாக அறிவித்தார்.

திராவிடத் தலைவர்களில் நாஞ்சில் மனோகரனையும் மாதவனையும் கண்ணதாசனுக்குப் பிடிக்காது. மந்திரக்கோல் மைனர் சுகவாசியாய் எந்தத் தியாகமும் செய்யாதவர் என்று கண்ணதாசனுக்கு கோபம். மாதவன், திமுக வேட்பாளராய் கண்ணதாசன் நின்று தோற்ற தொகுதியை, அடுத்த பொதுத்தேர்தலில் திமுக வேட்பாளராய் கைப்பற்றியவர். அதற்கடுத்த தேர்தலில் மீண்டும் வென்று அண்ணா மந்திரி சபையில் மந்திரியானவர். மாதவனைப் பாராட்டி திமுக தொண்டர்கள் வீரவாள் கொடுத்தார்கள். உடனே கண்ணதாசன் தன் 'கடிதம்' பத்திரிகையில் 'தம்பிகள் கத்தி கொடுத்தார்கள். பாவம் கிண்ணத்தை கொடுக்க மறந்துவிட்டார்கள்' என்று கிண்டல் செய்து எழுதினார். திமுகவை வெறுத்த கண்ணதாசனுக்கு திமுகவில் இரண்டு பேர் மேல் மட்டும் பாசம் கடைசிவரை இருந்தது. ஒருவர் கருணாநிதி! இன்னொருவர் அன்பில் தர்மலிங்கம்! ஆமாம். கண்ணதாசனே இப்படிச் சொன்னார்.

கருணாநிதிக்கும் கண்ணதாசனுக்கும் ஒருவிதமான Love and Hate relationship! ஒருவேளை பூர்வ ஜென்ம பந்தமோ என்னவோ! முதல் முறையாக 1940-களில் எம்.ஜி.சக்கரபாணி கண்ணதாசனை அழைத்துப் போய் கருணாநிதியை அறிமுகப்படுத்தியபோது

தனக்கு 'காதலியைப் பார்த்த உணர்வு' ஏற்பட்டதாகவே கவிஞர் குறிப்பிட்டுள்ளார். கண்ணதாசன் இறந்தபோது கருணாநிதி "தென்றலாய் தீண்டியவனும் நீ! நெருப்பாய் சுட்டவனும் நீ! தாக்குகின்ற கணை எத்தனை நீ தொடுத்தபோதும் அத்தனையும் தாங்கும் என் நெஞ்சே உன் அன்னை!" என்று இரங்கல் எழுதினார்.

தாக்குதல் என்றால் சாதாரண தாக்குதல் அல்ல. வனவாசத்தில் எழுதியவை மட்டுமல்ல, மேடையிலும். கருணாநிதி 'காமராஜரின் தாயார் கருவாடு விற்றவர்' என்று சொன்னதற்காக கண்ணதாசனின் பதிலடி 'ஆமாம். என் தலைவனின் தாய் கருவாடுதான் விற்றார். கருவாடு மட்டும்தான் விற்றார்!'

கண்ணதாசன் பெத்தடின் இஞ்சக்சன் போதையில் அளவுக்கு மீறி மூழ்கியபோது கண்ணதாசனின் பிள்ளைகள் கருணாநிதியிடம் போய் அழுதார்கள். அப்போது கருணாநிதி, கவிஞரிடம் கேட்ட வார்த்தைகள்: 'எங்களையெல்லாம் அழவைக்க வேண்டும் என்றுதான் ஆசைப்படுகிறாயா?'

திண்டுக்கல் பாராளுமன்ற இடைத்தேர்தலில் மாயத்தேவர் நிறுத்தப்பட்டு அண்ணாதிமுக அமோக வெற்றி. ஸ்தாபன காங்கிரஸ் இரண்டாமிடம். திமுக மூன்றாமிடம். இந்திரா காங்கிரஸ் நான்காமிடம்.

'சிவகாமி உமையவளே முத்துமாரி உன் செல்வனுக்கு காலம் உண்டு முத்துமாரி'

என்று காமராஜர் எதிர்காலம் பற்றி கணித்த கண்ணதாசனுக்கு அரசியல் சூழல் மாறிவிட்டது எனப் புரிந்துவிட்டது. எம்.ஜி.ஆரை கடுமையாக எதிர்த்தவர் கண்ணதாசன்.

எம்.ஜி.ஆரும் அவர் கட்சியும் தமிழகத்தை ஆக்கிரமித்ததை அவலமாக நினைத்துதான் "அழகாக தோன்றும் ஒரு கருநாகம் கண்டேன். அநியாயம் செய்பவர்க்கும் மரியாதை கண்டேன். சதிகார கும்பல் ஒன்று சபையேற கண்டேன்" எனத் தன் பதற்றத்தை கண்ணதாசன் 'என் மகன்' படப் பாடலில் வெளிப்படுத்தினார்.

தொடர்ந்து எம்.ஜி.ஆரை கடுமையாகச் சாடினார். எம்.ஜி.ஆர் முதல் முறை ஆட்சியமைத்தபோது மதுவிலக்கை கடுமையாக அமல்படுத்தினார். கண்ணதாசன் பத்திரிகையில் ஒரு கேள்வி:

'ஒன்றிற்கு மேற்பட்ட மதுபெர்மிட் வைத்திருப்பவர்கள் சரண்டர் செய்ய வேண்டும் என்று எம்.ஜி.ஆர் ஆணையிட்டிருக்கிறாரே?'

கண்ணதாசன் பதில்:'ஆண்டவனே வந்து கேட்டாலும் நான் சரண்டர் செய்ய மாட்டேன். உங்கள் எம்.ஜி.ஆரிடம் இன்னொரு சட்டம் போடசொல்லுங்கள் ஒரு காதலிக்கு மேல் வைத்திருப்பவர்களை சரண்டர் செய்ய சொல்லுங்கள்.'

கடைசியில் எம்.ஜி.ஆர் கண்ணதாசனை தமிழக அரசின் ஆஸ்தான கவியாக நியமித்தார். உடனே கண்ணதாசன் சொன்னார் "எம். ஜி.ஆருடன் நான் வாழ்நாள் முழுவதும் நடத்திய யுத்தத்தில் கடைசியாகத் தோற்றுவிட்டேன்."

கண்ணதாசனின் பாடல்களை காட்டிலும் அவரது அரசியல் வாழ்க்கைதான் ரொம்ப விஷேசமானது.

ஒரு முறை குமுதம் கேள்வி பதிலில் கேள்வி : எம்.ஜி.ஆரின் நான் ஏன் பிறந்தேன், கருணாநிதியின் நெஞ்சுக்கு நீதி, கண்ணதாசனின் வனவாசம் ஆகிய சுயசரிதை நூல்களில் எந்த நூல் சிறந்தது?

அரசு பதில் : 'வனவாசம்' தான். ஏனென்றால் அதில் 'உண்மை' இருக்கிறது.

இரும்புமனிதர் மதுரை எஸ்.முத்து

திராவிட இயக்கத்தின் இரும்புமனிதர் என்றும் அண்ணாவின் முரட்டுப்பிள்ளை என்றும் அறியப்பட்டவர் மதுரை எஸ்.முத்து. அண்ணாத்துரைக்கு எல்லோரும் தம்பிகள். ஆனால் மூன்று பேர் பிள்ளைகள்.

மதுரை முத்து முரட்டுப்பிள்ளை!

அன்பில் தர்மலிங்கம் செல்லப்பிள்ளை!

மன்னை நாராயணசாமி அழுகினிப்பிள்ளை!

மதுரை முத்து உடம்பில் உள்ள பல தழும்புகளைப் பற்றி மேடையிலேயே குறிப்பிட்டு கட்சியை வளர்க்க அந்தக் காயங்கள் எப்படிப்பட்ட சூழலில், எங்கே, எப்போது ஏற்பட்டவை என்பதைப் பற்றி விரிவாகப் பேசுவார். பேச்சில் சவடால் இருக்கும். நகைச்சுவை இயல்பாக இருந்ததற்குக் காரணம் இவர் வட்டார வழக்கில் இயல்பாய் பேசியது தான். தனிப்பட்ட முறையில் அவர் பிரமுகர்கள், கட்சிக்காரர்கள், உறவினர்களுடன் பேசும்போது கூட சட்டையைக் கழற்றி உடம்பில், முதுகில் அரிவாள் வெட்டுத் தழும்புகளைப் பார்க்கச் சொல்லி நிறைய விவரங்கள் சொல்வார். அரிவாளால் ஒருவன் தேனியில் தன் தலையைக் குறிவைத்து வெட்டப் பாய்ந்தபோது மதுரை முத்து தான் கையால் உடனே தடுத்து தன்னைக் காப்பாற்றியதாக எஸ்.எஸ்.ஆர் சொல்லியிருக்கிறார். திமுகவை விட்டு ஈ.வி.கே.சம்பத் பிரிந்தபோது மதுரையில் சண்டியர் முத்துவை எதிர்த்து தைரியமாக மாவீரன் பழ.நெடுமாறன் அரசியல் செய்ததைப் பற்றி கண்ணதாசன் வனவாசம் நூலில் எழுதியிருக்கிறார்.

எம்.ஜி.ஆர் திமுகவை விட்டு நீக்கப்பட்ட பின் மதுரை திலகர் திடலில் விளக்கக் கூட்டம் நடத்தப்பட்டது. கூட்டத்தில் க.அன்பழகன்,

மதுரை முத்து, திண்டுக்கல் பாராளுமன்ற உறுப்பினர் ராஜாங்கம் ஆகியோர் கலந்து கொண்டனர்.

ராஜாங்கம் வாழ்வு அப்போது சில மணி நேரங்களில் முடிய இருந்தது. இந்தக் கூட்டம் முடிந்து திண்டுக்கல் ரோட்டில் காரில் போய்க்கொண்டிருந்தபோது மாரடைப்பில் திடீர் மரணம் அடைந்தார். அதோடு அவர் இறப்பின் காரணமாக நடந்த இடைத்தேர்தலில் எம்.ஜி.ஆர் பிரமிக்கத்தக்க மிகப்பெரிய வெற்றியை அடைந்தார்.

ராஜாங்கம் தன் மரணத்தின் மூலமே எம்.ஜி.ஆரின் வெற்றி சரித்திரத்திற்கு பிள்ளையார் சுழி போடப்பட இருப்பதை அறியாமலே அன்று பேசிய பேச்சு, "நாம் இதுவரை அசமந்தமாக இருந்து விட்டோம். இப்போதுதான் கட்சியில் ஒரு விறுவிறுப்பு, சுறுசுறுப்பு ஏற்பட்டிருக்கிறது. I like this atmosphere very much. அன்று ப்ரூட்டஸ் சொன்னான், 'We love Caesar. But we love our country more than Caesar.' அதையேதான் நானும் சொல்கிறேன். எம்.ஜி.ஆரை விட திராவிட முன்னேற்றக் கழகத்தை நாங்கள் மிகவும் நேசிக்கிறோம். பல்ப் நல்லாத்தான் எரிஞ்சிச்சி. இப்ப ஃப்யூஸ் போயிடிச்சி. அதான் தூக்கியெறிஞ்சிட்டோம். எஸ்.எஸ்.ஆரைப் பார்த்து ஷூட்டிங் போறீங்களா திமுக மீட்டிங் வாறீங்களா என்றால் 'நான் திமுக மீட்டிங்குக்கு வாறேன்' என்று தான் சொல்வார். ஆனால் எம்.ஜி.ஆரைப் பார்த்து மீட்டிங் வாறீங்களா என்று கூப்பிட்டால் 'நான் ஷூட்டிங் போறேன்' என்றுதான் எப்போதும் சொல்வார். எனதருமை நண்பன் எஸ்.எஸ்.ராஜேந்திரனை திரையுலகை விட்டு விரட்டியதே இந்த எம்.ஜி.ஆர் தான்." கணக்கு கேட்ட எம்.ஜி.ஆர் மேல் மதுரை முத்துவுக்கு கடும்கோபம்.

அந்த நேரத்தில் எம்.ஜி.ஆர் கட்சியை விட்டு நீக்கப்பட இரண்டு முத்துக்கள் காரணம் என்றே பத்திரிகைகள் எழுதின. ஒருவர் மதுரை முத்து, இன்னொருவர் மு.க.முத்து. கருணாநிதி மகனுக்கு கட்சியில் ரசிகர் மன்றங்கள் ஆரம்பிக்கப்பட்டது. கணக்கு கேட்கிறார் என்றதும் மதுரை முத்து எம்.ஜி.ஆருக்கு எதிராக போர்க்கொடி தூக்கிவிட்டார். குமுதம் எம்.ஜி.ஆர் சஸ்பெண்ட் ஆனபோது ஒரு கார்ட்டூன் வெளியிட்டது. அந்த கேலிச்சித்திரம் இப்படி: அண்ணா படத்தை எடுத்துக்கொண்டு வெளியேறும் எம்.ஜி.ஆரைப் பார்த்து கருணாநிதி சுவரிலிருக்கும் மதுரை முத்து படத்தைக் காட்டிச் சொல்வார். 'என்னை இந்த அண்ணா காப்பாற்றுவார்.'

எம்.ஜி.ஆர் சஸ்பெண்ட் செய்யப்பட்டார் என்று செய்தி வந்த மாலைமுரசிலேயே மதுரை முத்து அறிக்கை "என் உயிர் உள்ள வரை இனி நான் திமுக தான". For this relief much thanks என்று அர்த்தம்.

அந்தச் சூழ்நிலையில் மதுரையில் திமுகவின் முதல் கூட்டம். மதுரை முத்து பேசியது "டேய்! விசிலடிச்சான். உனக்கு ஒன்னு சொல்றேன். எம்.ஜி.ராமச்சந்திரன் ஒரு கோழை. படத்திலதான் ஒன் ஆளு வீரன். நிஜ வாழ்க்கையில் பயங்கரமான கோழை. போன பொதுத் தேர்தல்ல தேனிக்கு பிரச்சாரம் கிளம்பற நேரத்தில எம்.ஜி.ஆருக்கு ஒரு மொட்டை கடிதாசி. 'நீ தேனிக்கு வந்தீன்னா கொல செய்வேன்'ன்னு எவனோ எழுதியிருந்தான். அதைப் படித்துவிட்டு பேயடிச்ச மாதிரி எம்.ஜி.ஆர் முகமே விளங்கல. நான் 'சரி வாங்க தேனிக்கு கிளம்புவோம்'னேன். அதுக்கு என்ன சொன்னான் தெரியுமா? கிழட்டுப்பய சொல்றான்யா- "என் ஃப்யூச்சர் என்னாகுறது?" (இதை சொல்லும்போது முத்து வளஞ்சு நெளிஞ்சு நிற்கிறார்) மாட்டேன்னுட்டான்ய்யா! இவனை நம்பி நீ திமுகவ விட்டுப் போகாத. எம்.ஜி.ராமச்சந்திரன் ஒரு பயங்கரமான கோழை.

நான் டீக்கடை வச்சிருந்தேன். இத கிண்டல் பண்ணுறானுங்க. அந்தக் காலத்தில மெஜூரா மில்லில வேல பார்த்தேன். கட்சியில தீவிரமாயிருந்தேன்னு வேலைய விட்டு டிஸ்மிஸ் பண்ணிட்டாங்க. அப்ப டீக்கடைதான் வச்சிருந்தேன். இல்லங்கல. அன்பழகன் கூட மதுரை வந்தா என் கடையில டீ சாப்பிட்டிருக்காரு. டேய் விசிலடிச்சான் குஞ்சு! ஒனக்கு ஒன்னு தெரியுமா? ஒன் எம்.ஜி.ஆரு கும்பகோணத்தில அவன் மாமன் கடையில க்ளாஸ் கழுவியிருக்கான். அது தெரியுமா ஒனக்கு? க்ளாஸ் கழுவியிருக்கான்டா! (க்ளாஸ் கழுவுவது போல ஆக்சன் செய்து காட்டுகிறார்). என் கார் மேல கல்ல விட்டா எவனாயிருந்தாலும் ஒன் வீட்டுக்கு வந்து தூக்குவேண்டா. (அப்போது அப்படி கல்லெறிந்த ஒரு ஆளை இவரே காரிலிருந்து இறங்கி விரட்டிப்பிடித்தார்!)

டே ராமச்சந்திரா! கணக்காடா கேக்கற. கணக்கு கேக்கறியா? போய் ஜெயலலிதாகிட்ட கேளுடாகணக்கு. இந்தி எதிர்ப்பு போராட்டத்தப்ப நாங்க எல்லாம் ஜெயில்ல இருந்தப்ப இவன் ஜெயலலிதாவோட கோவாவில இருந்தான்யா. (அப்போது ஆயிரத்தில் ஒருவன் பட ஷூட்டிங்கில் எம்.ஜி.ஆர் இருந்திருக்கிறார்.)

க.அன்பழகன் அன்று பேசியது "என் பொண்டாட்டி கூட என்கிட்ட கணக்கு கேட்டதில்ல. என்ன கணக்கு? இனிமே வேட்டிய அவுத்துத்தான் காட்டணும்."

"மதுரையில் 'புரட்டு' நடிகர் கட்சியை அழித்தே தீருவேன், ஒழித்தே தீருவேன்" என்று மதுரை முத்து வரிந்து கட்டிக்கொண்டு செயல்பட்டார்.

'எம்.ஜி.ஆரின் உலகம் சுற்றிய வாலிபன் படம் வெளி வந்தால் சேலை கட்டிக்கொள்கிறேன்' என்று பகிரங்க சவால் விட்டார். உலகம் சுற்றும் வாலிபன் ரிலீஸானபோது இந்த திராவிட இயக்கத்தின் இரும்பு மனிதருக்கு பல பார்சல்கள் வந்தன. அவ்வளவும் சேலைகள்!

திண்டுக்கல் இடைத்தேர்தலில் அண்ணா திமுக அமோக வெற்றி பெற்ற போது கருணாநிதி "மதுரை மாவட்ட திமுக தலைமை, வேட்பாளர் தேர்வில் தவறு செய்து விட்டது" என்றார். பொன்முத்து ராமலிங்கம் பிரமலை கள்ளர் வகுப்பைச் சேராதவர். வெற்றி பெற்ற அண்ணா திமுக வேட்பாளர் மாயத்தேவர் பிரமலை கள்ளர். இது முழுக்க முழுக்க எம்.ஜி.ஆரின் செல்வாக்குக்கு கிடைத்த வெற்றி என்பதை மறைக்க கருணாநிதி இப்படிச் சொன்னார். மதுரை முத்துவுக்கு இதன் பிறகு கருணாநிதியோடு பிணக்கு ஏற்பட்டுவிட்டது.

மதுரை முத்து சிவகங்கையில் எம்.ஜி.ஆரைச் சந்தித்து அண்ணா திமுகவில் சரணடைந்தார். எம்.ஜி.ஆர் கட்டிப்பிடித்து அணைத்து முத்தண்ணனை வரவேற்றார்.

கருணாநிதியிடமிருந்து விலகி நெடுஞ்செழியன், மாதவன், க.ராஜாராம், பண்ருட்டி ராமச்சந்திரன், எஸ்.எஸ்.ராஜேந்திரன் என்று கடுமையாக எதிர்த்தவர்கள் எல்லோரும் எம்.ஜி.ஆரிடம் சரணடைந்தார்கள்! "நம்மை வாழ விடாதவர் வந்து நம் வாசலில் வணங்கிட வைத்து விடும்" என்ற எம்.ஜி.ஆரின் பாடல் வரி இப்படி பலித்தது.

எம்.ஜி.ஆரை எந்த அளவு கடுமையாக சாடினாரோ அதை விடவும் கடுமையாக மதுரை முத்து அதன் பின் கருணாநிதியை சாடினார். முத்தண்ணன் அப்படி சாடிப்பேசும்போது எம்.ஜி.ஆர் சிரிப்பை அடக்க முடியாமல் தவிப்பார்.

தீப்பொறி ஆறுமுகம் மதுரை முத்து பற்றி "நான் மதுரை முத்துவை மதிக்கிறேன். அந்த ஆளு சண்டியரு. ஆனா சிகரெட் கிடையாது, குடிப்பழக்கம் கிடையாது, சீட்டு விளையாட்டு கிடையாது. பொம்பளை விசயத்திலயும் சுத்தமான ஆளு... ஆனா ஒன்னு... அடுத்தவன் பாக்கெட்டுல பணம் இருக்கறது தெரிஞ்சா எப்படியாவது லவட்டிடுவான்!"

மதுரை மாநகரின் முதல் மேயர். அதன் காரணமாக மதுரைக்கு திமுகவின் முதல் மேயர். மீண்டும் இரண்டாவது மேயராகவும் மதுரை முத்து தான் பதவியேற்றார். அதன் காரணமாக மதுரைக்கு அண்ணா திமுகவின் முதல் மேயரும் இவரேயென்றானது. ஆனால் அவரது கடைசி காலத்தில் அண்ணா திமுகவிலும் நிம்மதியாக இருக்க முடியவில்லை. கட்சியில் புதிதாய் சேர்க்கப்பட்டு கொள்கை பரப்பு செயலாளராக எம்.ஜி.ஆரால் நியமிக்கப்பட்ட ஜெயலலிதா இவருக்கு show cause notice அனுப்பினார்.

இலங்கைப் பிரச்னையில் எம்.ஜி.ஆருடன் கருத்து வேறுபாடு.

பழ.நெடுமாறனோடு மேடையில் முத்து 'இலங்கைத் தமிழர்களுக்கு உதவ தயங்கும் மத்திய மாநில அரசுகளை ஓடஓட விரட்ட வேண்டும்' என்று இந்திரா காந்தி, எம்.ஜி.ஆர் இருவரையும் மதுரை முத்து கடுமையாக தாக்கியபோது மேலமாசி வீதியில் கரகோஷம் விண்ணைப் பிளந்தது. இந்திரா காந்தி சுட்டுக்கொல்லப்பட்ட சில நாட்களில் மதுரை முத்து மறைந்தார். அப்போது எம். ஜி.ஆர் அமெரிக்காவில் ப்ரூக்ளின் ஆஸ்பத்திரியில் சிகிச்சைப் பெற்றுக் கொண்டிருந்தார்.ராஜ வைத்தியம்! கா.காளிமுத்து இரங்கல் அறிக்கையில் "எம்.ஜி.ஆர் உடல் நலம் பெற்று அமெரிக்காவிலிருந்து வந்த பின் "முத்தண்ணன் எங்கே?" என்று கேட்டால் நான் என்ன சொல்வேன்?" என்று வருத்தப்பட்டிருந்தார்.

ஒரு விஷயம்.

என்னுடைய திருமணம் மதுரை முத்து தலைமையில்தான் நடந்தது! என்னுடைய திருமணம் மட்டுமல்ல. அதற்கும் இருபத்தைந்து வருடங்களுக்கு முன் என் மாமனார் திருமணமும் கூட இந்த திராவிட இயக்கத்தின் இரும்பு மனிதர் தலைமையில் தான் நடந்தது!

மு.க.அழகிரி

என்னுடைய மாமனாரின் பிராந்தி கடையில் நானும் அப்போது பங்குதாரர். என் திருமணம் நிச்சயிக்கப்படும் முன்னரே அதற்கான பங்கு தொகையை அந்த பிராந்தி கடையில் போட்டுவிட்டேன் (சபாஷ் என்கிறீர்கள்) நானே செய்துங்கநல்லூர் சாராயக்கடை ராஜநாயஹம்பிள்ளையின் பேரன்தான். ஆனால் என்னிடம் குடிப்பழக்கம் கிடையாது. சிகரெட்டே கிடையாது என்பதனால்தான் எனக்கு என் மாமனார் பெண் கொடுத்தார். ('என்னைய மாதிரி பயலுக்கு பொண்ணு கொடுக்கக் கூடாது மாப்பிள்ளை' -என் மாமனார் எனக்கு பெண் கொடுப்பதற்கு சொன்னகாரணம் இது!) ஒரு நாள் பிராந்திகடையில் உட்கார்ந்து வியாபாரம் பார்த்துக்கொண்டிருக்கிறேன். வருடம் 1985. ஒரு கார் கடை முன் நின்றது. காரிலிருந்து இறங்கியவருடன் அவருடைய நண்பர்கள் சிலர். கடைக்கு வந்து இவர் என்னிடம் 'கோல்கொண்டா Full இரண்டு பாட்டில் கொடுங்க சார்.' கடையில் வேலை பார்த்துக்கொண்டிருந்த இருவரையும் கொடுக்கச் சொன்னேன். கடையில் உள்ள ஆள் அதை எடுக்கும்போதே, இவருடன் வந்தவர் 'அப்படியே அஞ்சு கல்யாணி பீர்' என்றார். குற்றாலம் போகிறார்கள். அதை இன்னொரு ஆள் எடுத்துக் கொண்டிருந்தபோது நான் இவரிடம் 'மதுரையிலேயே செட்டில் ஆகிட்டீங்க போலிருக்கே சார்' என்றேன்.

லேசாக திடுக்கிட்டு அவர் "என்னை எப்படி கண்டுபிடிச்சீங்க!"

"என்ன சார் முன்னாள் முதல்வர் மகனைக் கண்டுபிடிப்பது என்ன சிரமமான காரியமா?"

மு.க. அழகிரி!

அப்போதெல்லாம் மு.க.அழகிரி 'The less-discussed son of Karunanithi.' மு.க.முத்து, மு.க.ஸ்டாலின் ஆகிய பிள்ளைகள்தான்

பாப்புலர். 1985 எனும்போது அதற்கு பத்து பன்னிரெண்டு வருடம் முன் முத்து, ஸ்டாலின் போல கனிமொழிகூட அப்போது சிறுமியாயிருக்கும்போதே பிரபலம்! (சட்டசபையில் கேள்வி: கனிமொழி யார்? கருணாநிதி பதில்: 'என் மனைவி தர்மாசம்வர்த்தினியின் மகள்' கேள்வி: 'தர்மாசம்வர்த்தினி யார்?' 'என் மகள் கனிமொழியின் தாயார்') இப்போதுதான் கனிமொழியின் தாயார் ராஜாத்தியம்மாள் என அழைக்கப்படுகிறார்.

கருணாநிதியின் மகன் என நான் சொன்னதுதான் தாமதம். கடையில் வேலைபார்த்த இருவரும் திமுககாரர்கள். வாயைப் பிளந்தது மூடவே இல்லை. யார் யார்? இவர்தான் மு.க.அழகிரி.

அழகிரி என்னைப் பார்த்து "உங்கள் முகம் ரொம்ப Familiar ஆ இருக்கு சார்" என்றார் சிந்தனையுடன்...

நான் உடனே 'I am a nameless face... or a faceless name...' சிரித்துக்கொண்டே 'என்னை நீங்க எங்க பார்த்திருக்கபோறீங்க' என்றேன்.

அழகிரி 'இல்ல சார். உங்க முகம் எனக்கு ரொம்ப தெரிஞ்ச முகம் மாதிரியே இருக்கு'

சந்தோசமாக எனக்கு கைகொடுத்துவிட்டு விடைபெற்றவர் கடையிலிருந்து காரில் ஏறுவதற்காக நடக்கும்போதும் அவருடைய நண்பர்களிடம் "இவரை பார்த்தா.. எனக்கு இவர் முகம் ரொம்ப Familiarஆ தெரியுது" என்று மீண்டும் சொன்னார். காரில் ஏறியதும் சந்தோசமாக கைகாட்டி விடைபெற்றார்.

அடுத்து சில நாளில் மதுரை போனபோது தற்செயலாக நான் கண்ட காட்சி. அவருக்கு இதில் ஒன்றும் இழுக்கு இல்லை. மதுரையில் சாதாரணமாக யாருக்கும் நடக்கக் கூடியதுதான். இன்று இவர் அஞ்சாநெஞ்சனாக எட்டுக்கண்ணும் விட்டெறிய வாழ்கிறார் எனும்போது இதை யாரும் நம்ப மாட்டார்கள்.

மதுரை பஸ் ஸ்டாண்ட் விட்டு நான் வெளியே வரும்போது அழகிரி அங்கு அவசரமாக ஆட்டோ திருநகருக்கு விசாரித்துக் கொண்டிருந்தார். ஆட்டோக்காரன் அடாவடியாக வாடகை கேட்பதைக் கண்டு விலகி நடக்க ஆரம்பித்தார். ஆனால் மதுரை

ஆட்டோகாரன் கோபமாகி 'டே கண்ணாடி என்ன நீ பாட்டுக்கு பதில் சொல்லாம போறே... பதில்கூட சொல்லாம' என்று சத்தமாய் கேட்டான். இவர் சட்டை செய்யவில்லை. நானும் அவரிடம் பேச நினைத்து நெருங்கினேன். சூழல் சரியில்லை. அவரும் என்னையும் கவனித்துவிட்டுதான் வேகமாக நடந்து அந்த இடத்தை விட்டு அகன்றார். அந்த ஆட்டோக்காரன் திமுககாரனாக கூட இருந்திருப்பான். இவர் யார் என்று தெரிந்திருந்தால் காலில் விழுந்திருப்பான். சும்மாவே திருநகர் கொண்டுபோய் விட்டிருப்பான். அவனுக்குத் தெரியவில்லை. மதுரையில் சவாரி படியவில்லை என்றால் இன்று கூட யாரையும் அவமானப்படுத்த ஆட்டோகாரர்கள் தயங்குவதில்லை. டிராப் செய்யும்போது கூட தகராறு செய்கிறார்கள். கருணாநிதியின் வாரிசுகளில் அழகிரிதான் வெள்ளந்தியானவர் என்று சாரு நிவேதிதா சமீபத்தில் ஒரு கேள்வி பதிலில் குறிப்பிட்டிருந்தார்.

ஈ.வி.கே.சம்பத்

What it might have been? என்.சி.வசந்தகோகிலம் இளமையில் இறந்துபோகாமல் இருந்திருந்தால் எம்.எஸ். சுப்புலக்ஷ்மி அந்தஸ்து என்ன? அண்ணாத்துரையை விட்டு ஈ.வி.கே.சம்பத் பிரியாமல் இருந்திருந்தால் மு.கருணாநிதியின் அரசியல் வாழ்வு எப்படியிருந்திருக்கும்? அண்ணா மறைந்தபோது சம்பத் தானே தமிழக முதலமைச்சர் ஆக வந்திருப்பார். அங்ஙனமாயின் எம்.ஜி.ஆரின் சரித்திரம் எப்படி மாறிப் போயிருக்கும்! சொல்லப்போனால், சம்பத் அல்லவா அண்ணாதுரையை விட மிகச்சிறந்த பேச்சாளர்!

"பறக்கின்ற வவ்வால்களே பறந்து போங்கள். நீங்கள் பறந்து போவதற்கு முன்னாலே என்னுடைய பணிவான விண்ணப்பம். துருப்பிடித்த உங்கள் மூளைக்கு இரண்டு சொட்டு எண்ணெய் விட்டுப் பாருங்கள்."

1957ல் காஞ்சியில் அண்ணாதுரையும் குளித்தலையில் கருணாநிதியும் வெற்றி பெற்ற போது சம்பத் நாமக்கல் நாடாளுமன்றத்தில் பெருவாரியான வாக்குகள் பெற்று மிகப் பெரிய வெற்றி பெற்றார். ஒரு அதிசயம். நாமக்கல் நாடாளுமன்றத்திற்குள் உட்பட்ட ஐந்து சட்டமன்றத் தொகுதிகளிலும் திமுக தோற்றுப் போனது. ஆனால் சம்பத் பாராளுமன்றம் சென்றார்!

சொல்லின் செல்வர் சம்பத்!

"அவர் பொய் சொன்னார் என்று சொல்ல மாட்டேன். உண்மைக்கு புறம்பாக பேசியிருக்கிறார்!"

தன்னைப் பேசவிடாமல் அநாகரீகமாக கூச்சலிட்ட மாணவர்களைப் பார்த்துச் சிரித்துக்கொண்டே சொன்னார்

"காட்டுமிராண்டித்தனத்தின் மிச்ச சொச்சங்கள் !" கண்ணதாசன் சொல்வார் "ஜவகர்லால் நேருவின் சிரிப்புக்குப் பின் நான் கண்ட அழகான சிரிப்பு என் தலைவன் சம்பத் சிரிப்புதான்."

"யாரை எங்கே வைப்பது என்று யாருக்கும் புரியலே. இங்கே அண்டங்காக்கைக்கும் குயில்களுக்கும் பேதம் புரியலே" சம்பத்தை மனதில் வைத்து எழுதிய சினிமாப் பாடல். சிவாஜி கணேசன் 'சந்திரமோகன்' நாடகத்தில் சிவாஜியாக நடிக்கும் முன் வீர சிவாஜியாக சம்பத் தான் நடித்துக் கொண்டிருந்தார்! பின்னாளில் "அண்ணன் காட்டிய வழியம்மா" பாடலில் சிவாஜி, சம்பத் போலவே உடை உடுத்தி சால்வை போர்த்தி நடித்திருப்பார் !

1951-ல் திமுக முதல் மாநில மாநாட்டின் நான்காவது நாள் அண்ணாதுரை பேசுகிற வேளையில் ஸ்டன்ட் நடிகர்கள் புடை சூழ எம்.ஜி.ஆர் திட்டமிட்டு மேடையேறி கூட்டத்தில் நடிகரைக் கண்ட பரவசத்தில் அமளி துமளி ஏற்பட்டு அப்போதே திமுக தலைவர் அலட்சியப்படுத்தப்பட்டபோது சம்பத்தான் எம்.ஜி.ஆரின் பகட்டு அரசியல் பாணிக்கு எதிராக அண்ணாதுரையை உடனேயே எச்சரித்துள்ளார்!

சம்பத்தை மீறிய, நெடுஞ்செழியனைத் தாண்டிய கருணாநிதியின் வளர்ச்சி பற்றி… கருணாநிதியின் வார்த்தைகளில் "குளவிக்கூட்டின் புழு போல கொட்டப்பட்டுக் கொட்டப்பட்டுத் தயாரிக்கப்பட்டவன் நான்!" அண்ணாதுரையின் கணிப்பு "வெட்டி வா என்றால் கட்டி வரும் தம்பி கருணாநிதி! "

இன்னொன்று சொல்வார்கள்…

"அண்ணாவின் கை போகுமிடமெல்லாம்

கருணாநிதியின் கண் போகும்!"

1972ல் அண்ணாதுரை உயிரோடு இருந்திருந்தாலும் எம்.ஜி.ஆர் கணக்கு கேட்டு வெளியேறி "உண்மை திமுக" என்ற பெயரில் ஒரு கட்சி ஆரம்பித்து சக்கைப்போடு போட்டிருப்பார் என்பது சர்வ நிச்சயம்.

கட்சித் தலைமை

அண்ணாதுரை இறந்தபின் யார் தலைவர் என்ற பிரச்னை எழுந்தபோது நெடுஞ்செழியன்தான் என காங்கிரஸ்காரர்கள் நினைத்தார்கள். தமிழகத்தில் திமுகவுக்கு எதிர்கட்சி என்பதைவிட எதிரான கட்சி காங்கிரஸ். நெடுஞ்செழியன் திமுக தலைவராக வருவதை காங்கிரஸ் கட்சி விரும்பியது. அப்போதைய நெடுஞ்செழிய பிம்பம் - படித்த நாகரீகமான அரசியல்வாதி. அண்ணாதுரைக்கு இரண்டாமிடத்தில் கட்சியிலும், மந்திரி சபையிலும் இருந்தவர். நெடுஞ்செழியனே கூட தான் அடுத்த தமிழக முதல்வராவதில், திமுகவில் முதலிடம் பெறுவதில் எந்தச் சிரமமுமே இல்லை என்றே நம்பினார். அதனால்தான் ராம. அரங்கண்ணல் "அண்ணியாருக்கு மந்திரிசபையில் நீங்கள் இடம் தரவேண்டும்." என நெடுஞ்செழியனிடம் கேட்டபோது "யாருக்கு? ராணிக்கா? சேச்சே... அது நல்லாருக்காதுப்பா" என்று அலட்சியமாக பதில் சொன்னார்.

அண்ணாதுரையின் மனைவியார் ராணி. திடீரென்று அவரை எதிர்த்து மேதை மதியழகன்தான் போட்டியிடுவதாக அறிவிப்பதற்கு முன்னாலேயே கருணாநிதி அரங்கண்ணலிடம் "நெடுஞ்செழியன் வேண்டாம் என்று கட்சி முடிவு செய்தால், கருணாநிதிதான் அடுத்த முதல்வர் என முடிவு செய்யப்பட்டால்..." என்ற அஸ்திரத்தை எறிந்தபோது அரங்கண்ணல் அதிர்ச்சியில் பதறிப்போய், வேண்டாம் கட்சி சிதறிப் போய்விடவேண்டாம். கழகத்தில் கலகம் வேண்டாமே என்றே கருணாநிதியிடம் கெஞ்சியிருக்கிறார்.

நெடுஞ்செழியனை எதிர்த்துத்தான் அரசியல் செய்யப் போகிறோம் என்ற நம்பிக்கையில் (நம்பிக்கை என்பதைவிட 'எதிரி'க் கட்சியின் விருப்பம் என்றே சொல்ல வேண்டும்) காங்கிரஸ் வேடிக்கை பார்த்துக்கொண்டிருந்தது. நிலவரம் நேர் எதிராக கருணாநிதியை

எம்.ஜி.ஆர், திமுகவின் இரும்பு மனிதர் மதுரை முத்து உள்ளிட்ட பெரும்பாலானோர் ஆதரித்து முன்னிறுத்தியபோது அரங்கண்ணல் மூலமாக கேள்விப்பட்ட நெடுஞ்செழியன் வாய்விட்டு அழுதிருக்கிறார். அந்த நிலையிலும் மதியழகன் போட்டியில் இருந்து விலக மறுத்துவிட்டார். பேராசிரியர் அன்பழகன் "அண்ணாவைத் தலைவராக கொண்டிருந்த நான் என்னைவிட வயதில் குறைந்த கருணாநிதியை எப்படித் தலைவனாக ஏற்றுக்கொள்ள முடியும்" என்று மிரண்டதுதான் Irony! கருணாநிதிக்கு அப்போது வயது 45தான். கருணாநிதிதான் திமுகவைக் கைப்பற்றுகிறார் என்பதை அறிய நேர்ந்த காங்கிரஸ் வட்டாரத்திற்கு பேரதிர்ச்சி. அண்ணாதுரையின் இடத்தில் கருணாநிதியா? காங்கிரஸ் தலைவர்கள் மட்டுமல்ல, காங்கிரஸ் தொண்டர்களாலும் இதனை ஜீரணிக்கவே முடியவில்லை! படித்த, நடுநிலையாளர்களும் நெளியவே செய்தார்கள். கருணாநிதிக்கு இருந்த இமேஜ் அப்படி! அதோடு கண்ணதாசனின் 'வனவாசம்' பலரும் படித்திருந்தார்கள்.

ஆனால் கட்சித் தொண்டர்கள் மகிழ்ச்சிப் பெருங்கடலில் மூழ்கினார்கள். கருணாநிதியின் வரவுக்கு சிவப்புக் கம்பளம் விரித்தார்கள்.

எம்.ஜி.ஆர் இறந்தபோது 'எதிரி'கட்சி திமுகவும் சரி, திமுக தலைவர் கருணாநிதியும், காங்கிரஸ் தலைவர் மூப்பனார், சிதம்பரம் போன்றவர்களும்கூட ஜெயலலிதா அதிமுகவைக் கைப்பற்ற முயல்வதை ரசிக்கவில்லை. (எம்.ஜி.ஆர் உயிரோடு இருக்கும்போதே இவர்கள் அதிமுகவில் ஜெயலலிதாவின் Entryயை ஏளனமாகவே பார்த்தார்கள்.) ஜானகியோ, வீரப்பனோ தலைவராக வேண்டும் என முழுமனதோடு விரும்பினர். இவ்வளவு ஏன் திருநாவுக்கரசு, கேகேஎஸ்எஸ்ஆர் தவிர அதிமுகவின் பெரும்பாலான தலைவர்கள் பலரே கூட விரும்பவில்லை. படித்த நடுநிலையாளர்களும் ஜெயலலிதாவுக்கு எதிரான மனநிலையில். முதல்வரான ஜானகியம்மாள் "தமிழாகவே வாழ்கிற கலைஞர்!' என்றார். களேபரத்தில் ஆட்சி கவிழ்ந்தது. எம்.ஜி.ஆரின் தொழில் எதிரி சிவாஜியுடன் கூட்டணி அமைத்து ஜானகி இடைத்தேர்தலில் போட்டியிட்டார். கருணாநிதி மீண்டும் கொஞ்சவருடம் முதல்வரான போது ஜெயலலிதாவின் சேவல் கணிசமான இடங்களில் கூவியது. ஜெயலலிதாவோ கருணாநிதியைக் கடுமையாக சாடுவதை நிறுத்தவே இல்லை.

அப்புறம் என்ன? அதிமுகவின் தொண்டர்களுக்கும் ரெட்டை இலைக்கு எப்போதும் வாக்களிப்பவர்களுக்கும் அதிமுகவிற்கு தலைவி ஜெயலலிதாதான் என்பது புரிந்துவிட்டது. கட்சி ஜெயலலிதாவின் கையில்!

43 வயதில் தமிழக முதல்வர்! நெடுஞ்செழியனோ, வி.என்.ஜானகியோ இருவருமே கருணாநிதிக்கும் ஜெயலலிதாவுக்கும் கால் தூசுக்கு சமமாக மாட்டார்கள் என்றே இன்று காலம் நிரூபித்து விட்டது.

இப்போது அகில இந்தியக் கட்சி பாரதீய ஜனதா கட்சிக்கு அத்வானி முதலிடத்தில் தொடர்ந்து நீடிக்க வேண்டும் என்பதையே 'எதிரி' காங்கிரஸ் கட்சி விரும்புகிறது. அடுத்த பிரதமர் வேட்பாளர் ஆக அத்வானி முன்னிறுத்தப்பட வேண்டும் என்பதுதான் காங்கிரஸின் நெஞ்சார்ந்த விருப்பம். ஆனால் பாருங்கள். பாரதீய ஜனதா கட்சியில் தொண்டர்கள் அனைவருமே நரேந்திரமோடியைப் பரவசமாக முன்னிறுத்தத் தொடங்கி விட்டார்கள்.

சர்ச்சைக்குரியவர்களையே உள்கட்சி வட்டம் தீவிரமாக தலைமைக்கு முன்வைக்கும். அதிலும் 'எதிரி' கட்சி யாரைப் பார்த்து அசூயைப்படுகிறதோ அவர்தான் எந்தக் கட்சிக்கும் எப்போதுமே தலைமைப் பதவிக்கு முன்வைக்கப்படுவார். முக்கியமாக அப்படி முன்வைக்கப்படுபவர் போர்க்குணம் மிகுந்தவராகவே இருப்பார்.

கருணாநிதி, ஜெயலலிதா, நரேந்திர மோடி மூவருமே போர்க்குணம் மிகுந்தவர்கள். நல்லவர்கள் என்று சொல்லவே முடியாது என்றாலும் வல்லவர்கள். திறமைசாலிகள்.

ஞானி சொல்வது நினைவுக்கு வருகிறது. "திறமை வேறு. நேர்மை வேறு."

எம்.ஜி.ஆர் திமுகவிலிருந்து வெளியேறி ஒரு கட்சி ஆரம்பித்தது பற்றியும் வைகோ வெளியேறியது பற்றியும் சொல்லவேண்டும். எம்.ஜி.ஆர் மக்கள் செல்வாக்கு மிக்க தலைவர். மேலும் நிறைய ரசிகர்கள் அவருக்காக. வைகோ கணிசமான தொண்டர் செல்வாக்கு கொண்ட தலைவர். கொள்கை ஆர்வம் கொண்ட சிறு அளவிலான தொண்டர்கள். தொண்டர் செல்வாக்கு வேறு. மக்கள் செல்வாக்கு வேறு. எம்.ஜி.ஆருக்கு கொடுத்த அதே முக்கியத்துவத்தை பத்திரிக்கைகள் வைகோவுக்கும் கொடுத்தபோதும் வைகோவின் மறுமலர்ச்சி திமுக பெரிதாய் சாதிக்க முடியவில்லை.

நெடுஞ்செழியன்

இளந்தாடி வேந்தர் என்று நெடுஞ்செழியனுக்கு பெரியாருடன் இருக்கும்போது பட்டப்பெயர். கறுப்பு புஷ்கோட். வெள்ளை பேண்ட். கறுப்பான இளம்தாடி. இதுதான் அன்று 1940களில் நெடுஞ்செழியன். கருணாநிதி பள்ளி மாணவனாயிருக்கும்போது நெடுஞ்செழியன் மீட்டிங் நடத்த பணம் வேண்டியிருந்த போது வீட்டில் வெள்ளி ஜாமான் ஒன்றை யாருக்கும் தெரியாமல் எடுத்து விற்க வேண்டியிருந்தது. 'நடமாடும் பல்கலைக் கழகம்' என்று தமிழர்களுக்கு அறிமுகப்படுத்தப்பட்டவர் நாவலர்நெடுஞ்செழியன். திமுகவின் ஐம்பெரும் தலைவர்களில் ஒருவர். கழகம் கண்ட முக்கிய பேச்சாளர்.

1952-ல் முதல் பொதுத்தேர்தலில் திமுக போட்டியிடவில்லை என்றாலும் காங்கிரஸுக்கு எதிராகப் பிரச்சாரம் செய்தது. கண்ணதாசன் இரண்டாம் கல்யாணம் செய்துகொண்டார் என்ற சிக்கலை முன்வைத்து பிரச்சார திட்ட நகலில் கண்ணதாசன் பெயரை கருணாநிதி நிராகரித்தார். புறக்கணிப்பு. கண்ணதாசன் 'இது நியாயமா? கருணாநிதி செய்வதை தட்டி கேட்கக் கூடாதா?' என்பதாக நெடுஞ்செழியனிடம் பிராது சொன்னார். நெடுஞ்செழியன் மிரண்டு 'கருணாநிதி பஞ்சாயத்து எதையும் தயவுசெய்து என்னிடம் கொண்டு வராதே' என்று ஒதுங்கிக்கொண்டார் அப்போதே.

அண்ணாதுரையின் மந்திரி சபையில் இரண்டாவது இடம். கருணாநிதியின் மந்திரி சபையில் இரண்டாவது இடம். எம்.ஜி.ஆரைக் கட்சியில் இருந்து நீக்குவதில் கருணாநிதியிடம் கடுமையாக பிடிவாதம் செய்து அவசர அவசரமாக பத்திரிகை நிருபர்களுக்கு எம்.ஜி.ஆர். சஸ்பெண்ட் விஷயத்தை வெளியிட்டவர். 'அன்றே நாங்கள் அண்ணாவிடம் போகாமல் காமராஜரிடம் போயிருந்தால் எங்களை வேண்டாமென்றா சொல்லியிருப்பார்? (இந்த இடத்தில்

அடக்க முடியாத சிரிப்புடன்) ஊமையன், உளறுவாயனையெயெல்லாம் கூடவே சேர்த்து வைத்துக்கொண்டிருக்கிற காமராஜர் என்னையும் கருணாநிதியையும் வேண்டாம் என்றா சொல்லிவிடுவார்?"

மேடையில் பேசும்போது விரல்களை ஆட்டி எம்ஜிஆர் பற்றி "வாழவந்தாய். எங்கோ கண்டியில் பிறந்தாய். மலையாளி. வாழவந்தாய். வாழ்ந்துவிட்டுப் போ. எங்களை ஆள நினைக்கலாமா?" என ஆக்ரோஷமாக கேட்டவர் நெடுஞ்செழியன்.

"அடுத்தவன் மனைவியை அவன் மனம் பதற பதற, அவன் கதற கதற தூக்கிக் கொண்டு வந்த எம்.ஜி.ராமச்சந்திரனா எங்களைக் கணக்கு கேட்பது"-இப்படிக் கேட்டவர். (வி.என்.ஜானகியின் முதல் கணவர்கணபதி பட். அப்போது ஏழு வயதில் சுரேந்திரா என்று ஒரு மகனும் உண்டு.)

இவ்வளவெல்லாம் பேசிவிட்டு எம்.ஜி.ஆர் மந்திரி சபையிலும் இரண்டாமிடம் வகித்தவர். அதிமுகவில் நேரடியாக இணைந்து விடவில்லை. இவர் ஒரு மதிமுக ஆரம்பித்தார். மக்கள் திராவிட முன்னேற்றக் கழகம். இந்த சர்பத் ஸ்டாலை உடனே, உடனே அதிமுகவில் இணைத்து எம்ஜிஆரிடம் சரணாகதியடைந்தவர். கருணாநிதி 'நெடுஞ்செழியன் பெண்டாட்டிக்கு பயப்படுபவர்' என்று கிண்டல் செய்தபோது நாவலர் பதில் "உன்னை மாதிரி எனக்கு என்ன வப்பாட்டியா இருக்கு?" 'பொண்டாட்டிக்கு நான் பயப்படுவேன். நீ வப்பாட்டிக்கு பயப்படுபவன்' என்று அர்த்தம். The other woman is always powerful! 'உதிர்ந்தமயிர்' என்று அலட்சியப்படுத்தப்பட்ட பின்னரும் ஜெயலலிதாவின் அமைச்சரவையிலும இரண்டாம் இடம் பெற்றுக்கொண்டவர்.

ஜெயலலிதாவுடன் மனஸ்தாபமானபோது ஒரு சுவாரசியம். சுயேட்சையாக சட்டசபைக்கு போட்டியிட்டு நெடுஞ்செழியன் ஒரு ஐந்நூறு ஓட்டு வாங்கினார். அப்போது அதே தொகுதியில் சுயேட்சையாக போட்டியிட்ட மற்றொரு வேட்பாளர் எஸ்.வி. சேகர் இவரை விட அதிக ஓட்டு வாங்கினார்.

வெற்றிகொண்டான் மேடையில் நெடுஞ்செழியன் ஞாபகம் வந்துவிட்டால் சொல்வது "அது ஒண்ணு இருந்துச்சுய்யா எங்ககிட்ட! நல்லா நெடுநெடுன்னு கொழுகொழுன்னு! அடிச்சி பிரியாணி பண்ணியிருந்தா அம்பது பேரு சாப்பிட்டிருக்கலாம். விட்டுப்புட்டோம்."

அண்ணாதுரை மந்திரி சபையிலும், கருணாநிதி மந்திரி சபையிலும், எம்.ஜி.ஆர் மந்திரி சபையிலும், ஜெயலலிதா மந்திரி சபையிலும் கூட இரண்டாமிடம். காலம் ஒ.பன்னீர்செல்வத்துக்கு காட்டிய கருணையை நெடுஞ்செழியனுக்கு காட்டவேயில்லை. அவருடைய மனைவி பங்காரு பக்தர்.

நெடுஞ்செழியனுக்கு ஒரே ஒரு பெருமை உண்டு. இராசெழியன் என்ற சிறந்த பார்லிமெண்டேரியன் இவருடைய தம்பி. திராவிட இயக்கத்தில் மதிக்கத்தகுந்த ஆளுமை இரா.செழியன்.

நெடுஞ்செழியன் மறைந்தபோது தி.மு.க தலைவர் இரங்கல்:
"நாவெல்லாம் தமிழ் மணக்க

செவியெல்லாம் தமிழ் மணக்க

சிந்தையெல்லாம் தமிழ் மணக்க

அன்று மேடையேறிய நாவலர் என் நண்பர்

தன்மான இயக்கத்தின் தூண்

சாய்ந்துவிட்டதே என

தமிழகம் புலம்பிட மறைந்துவிட்டார்

அவர் புகழ் வாழ்க!

அவர் பரப்பிய பகுத்தறிவு வெல்க."

வலம்புரிஜான் சொன்னதுதான் முழுஉண்மை!

"குட்டி ஆடுகளை ஒட்டகங்கள் என்று திராவிடஇயக்கம் அறிமுகப்படுத்தியிருக்கிறது என்பதற்கு நெடுஞ்செழியன்தான் தலைசிறந்த உதாரணம்"

ஜேப்பியார்

1982-ம் ஆண்டு. மதுரை A.A. ரோட்டில் தேம்பாவணி இல்லம் முன் நடந்த அதிமுக பொதுக்கூட்டம். எம்.ஜி.ஆர் அப்போது இரண்டாம் முறையாக முதல்வர். சிறப்பு பேச்சாளர் மாவீரன் ஜேப்பியார்.

முன்னதாக லோக்கல் பேச்சாளர் லோகநாதன்: "கருணாநிதி அன்னைக்கி நீ என்ன செஞ்சே? எமர்ஜென்சியில காமராஜரைத் தூக்கி உள்ள வைக்கச் சொன்னதுக்கு, நீ எங்க மாவீரன் ஜேப்பியார் சாராயம் காச்சுறார்னு சொல்லி தூக்கி உள்ள போட்ட. ஜேப்பியார்க்கு 'இன்னா' செஞ்ச... உனக்கு 'இன்னா'. உடனே வந்துச்சு. திமுக ஆட்சி டிஸ்மிஸ் ஆச்சு. உன் மகன் ஸ்டாலினை அதே எமர்ஜென்சியில தூக்கி உள்ள வச்சு நொங்கெடுத்தாய்ங்க. இன்னைக்கு உன்னால புடுங்கக்கூட முடியாது. டே தீப்பொறி ஆறுமுகம்! பாவம்டா நீ! ஐயோ பாவம்! நீ பாட்டுக்கு திமுக மீட்டிங், மீட்டிங்னு ஊரு ஊரா போயிடுற. பக்கத்து வீட்டுக் கோனான் ஒன் பொண்டாட்டிய டொல்த்திக்கிட்டு இருக்கான்டா!"

அடுத்ததாக ஜேப்பியார் பேச எழுகிறார். கம்மாக்கரை அதிமுக செயலாளர் சின்னச்சாமி அவர்கள் மாவீரன் ஜேப்பியாருக்கு மாலை அணிவிக்கிறார். ஆரப்பாளையம் ஆலமரத்தான் பொன்னாடை அணிவிக்கிறார். மேலப்பொன்னகரம் வேல்சாமி நாயக்கர் மாலை அணிவிக்கிறார்.

ஜேப்பியார் சிறப்புரையின் முதல் பகுதி:

"டேய்! எனக்கு பெரிய கொள்கை, லட்சியம் என்றெல்லாம் எதுவும் கிடையாது. நான் எம்.ஜி.ஆர் ரசிகன். எம்.ஜி.ஆர் என் தலைவன். என் தலைவன் மேல் விசுவாசம். இதுதான். என் தலைவனுக்காக

உயிரையே கொடுப்பேன். இன்னைக்கு நான் இந்த வசதி, அந்தஸ்தோட இருக்கேன்னா என் தலைவன் புரட்சித்தலைவர் எம்.ஜி.ஆர்தான் காரணம். சாதாரண போலீஸ் கான்ஸ்டபிள் ஜேப்பியார இப்படி உயர்த்தியது பொன்மனச்செம்மல்தான்."

Gratitude is a sickness suffered by dogs. Gratitude is merely a secret hope for greater favours!"

ஜேப்பியார் பேச்சின் தொடர்ச்சி:

டே! உனக்குத் தெரியுமா. தமிழ் தமிழ்னு உன் தானைத் தலைவன் சேனக்கிழங்கு வீரன் ஊரை ஏமாத்துறான். சர்ச்பார்க் கான்வெண்ட்னு மெட்ராஸ்ல ஒரு ஸ்கூல். அதில நீங்கள்ளாம் உங்கப் பிள்ளைகளைச் சேர்க்கவே முடியாது. மாசம் ஃபீஸ் எவ்வளவு தெரியுமா? சொன்னா மிரண்டுடுவ. ரொம்பப் பெரிய பணக்காரங்க வீட்டுப் பிள்ளங்க மட்டும்தான் அங்க படிக்க முடியும். என் மகள் அங்கதான் படிக்கிறா. அந்த ஸ்கூல்ல தமிழ்பாடமே கிடையாது. லாங்க்வேஜ் சப்ஜெக்ட்கூட இந்தி, பிரஞ்சு இப்படித்தான். ஆமடா! தமிழ்னு பாடமே கிடையாது. என் மக அங்கத்தான் படிக்கிறா. எனக்குதமிழ்ப்பற்று, பெரிய கொள்கை எதுவும்கிடையாதுப்பா. எம். ஜி.ஆர் ரசிகன்தான் நான். எம்.ஜி.ஆர்தான் என் தெய்வம். அதுக்கு மேல எனக்கு பெரிய கொள்கைன்னு எதுவுமே கிடையாது. என் பொண்ணு கூட சர்ச்பார்க் கான்வெண்ட்ல இன்னொரு பொண்ணு படிக்குது. அது யார் தெரியுமா? என் பொண்ணோட க்ளாஸ்மேட் யாரு தெரியுமா? உன் தானைத் தலைவன், சேனைக்கிழங்கு வீரன் கருணாநிதியோட மகள் கனிமொழி!" எம்.ஜி.ஆர் மறைந்தபோது ஜானகி அணியில் இருந்தார் ஜேப்பியார். "கவலையே படாதீங்க. அவளை வெரட்டிடலாம்" என்று ஆக்ரோஷமாக, உற்சாகமாக ஜெயலலிதாவுக்கு எதிராக குரல் கொடுத்தார்!

Every politician is having problems. But the people are traumatized.

திருவாரூர் தங்கராசு

திருவாரூர் தங்கராசு திராவிட கழகத்தின் தூணாக பெரியார் காலத்தில் இருந்தவர். ரத்தக் கண்ணீர் திரைப்படத்திற்கு வசனம் எழுதியவர்.

பெரியார் இறந்தபோது தி.க உடைந்தது. அய்யா இறந்து பிணம் எடுக்கு முன்னரே இரு கோஷ்டிகளும் தனித்தனியாக உட்கார்ந்துவிட்டனர் என்பதே உண்மை. மணியம்மையை முன்னிறுத்தி வீரமணி கோஷ்டி. திருவாரூர் தங்கராசு கோஷ்டி. இரு தி.கவாக உடைந்ததற்கு கருணாநிதியும் எம்.ஜி.ஆரும்தான் காரணம். தி.கவிலும் திமுக, அதிமுக அரசியல். திமுக மணியம்மைக்கு ஆதரவு. அதிமுக திருவாரூர் தங்கராசுவுக்கு ஆதரவு. அந்த துக்க நிகழ்வில் ஒரு அதிசயம். எம்.ஆர்.ராதாவும் திருவாரூர் தங்கராசுவின் அபிமானியாதலால் எம்.ஜி.ஆரும் ராதாவும் ஒரே பகுதியில் அமர்ந்தனர்!

அரசியலில் எம்.ஜி.ஆரும் ராதாவும் 1960களில் கூட சில விஷயங்களில் ஒத்த கருத்துடையவர்கள். 1964ல் எம்.ஜி.ஆர் 'என் கடமை' பட ரிலீசின்போது பகிரங்கமாக "காமராஜர் என் தலைவர். அண்ணா என் வழிகாட்டி"என்றார்! (கொஞ்ச நாள் முன் ஜூவி கழுகார் பதில் ஒன்றில் இதை அப்படியே மாற்றி "அண்ணா என் தலைவர், காமராஜர் என் வழிகாட்டி" என்று எம்.ஜி.ஆர் சொன்னதாக தவறாக எழுதப்பட்டிருந்தது. இனி அது நூலாக வேறு வரும்!) எம்.ஜி.ஆர் அப்படி சொன்னதை திமுகவில் யாரும் ரசிக்கவில்லை. காங்கிரஸில் இருந்தவர் அல்லவா எம்.ஜி.ஆர். 'என் கடமை' படம் ஓடவில்லை. எம்.ஜி.ஆர் அப்போது காமராஜரை Glorify செய்ததுதான் காரணம் என்றே சொல்லப்பட்டது.

ராதாவுக்கு பெரியார் மீது எந்த அளவுக்கு அன்பும் மரியாதையோ அதே அளவுக்கு காமராஜர் மேல் பக்தியே இருந்தது. 1967 தேர்தலை ஒட்டி காமராஜரை கொல்ல சதி நடக்கிறது என்ற தகவல் காரணமாக ராதா ரொம்ப கோபத்தில் இருந்தார்.

பெரியார் பிறந்த தேதியில் செப்டம்பர் 17-ல் எம்.ஆர்.ராதா இறந்ததும் (1979) பின்னர் பெரியார் இறந்த தேதி டிசம்பர் 24-ல் எம்.ஜி.ஆர்(1987) இறந்ததும் வரலாற்று சுவாரசியம்.

பெரியார் மறைவுக்குப் பிறகு தஞ்சை மாவட்டம் தி.க.வின் கோட்டை என்பதால் தங்கராசு தி.கவும் வீரமணி தி.க.வும் தஞ்சை அரசியலில் முக்கியப் பங்கு வகித்தனர். 1977 பொதுத் தேர்தலில் எம்.ஜி.ஆர் வெற்றிபெற்று முதல்வரானபோது சென்னையில் ராதாகிருஷ்ணன் நகர் (ஐசரிவேலன் வெற்றி) தவிர மீதி 13 தொகுதிகளில் திமுக வெற்றி. தஞ்சை மாவட்டத்தில் 8 தொகுதிகள் தி.மு.கவுக்கு.

அப்போது தஞ்சையில் தி.மு.கமேடையில்கருணாநிதி:

"தஞ்சையிலே நஞ்சையுண்டு, புஞ்சையுமுண்டு. நன்கறிவேன். (சற்று நிறுத்தி) நன்றியும் உண்டு என்று தெரிந்து கொண்டேன்!"

எம்.ஆர்.ராதா கடைசி காலத்தில் 'வேலும் மயிலும் துணை', 'கந்தர் அலங்காரம்' என்று இரண்டு 'பக்தி' படங்களில் நடித்திருந்தார். இரண்டுமே 1979ல் ரிலீஸ் ஆகியிருந்தன.

எம்.ஜி.ஆர் அப்போது திருவாரூர் தங்கராசு நடத்திய விழா ஒன்றில் கலந்து கொள்ளவில்லை. அது குறித்து கருணாநிதிக்கும், வீரமணிக்கும் ஏளனம். (எம்.ஜி.ஆர போயி நம்புனியே தங்கராசு! உனக்கு நல்லா வேணும்!)அரசியல் நோக்கர்கள் 'சரிதான். தங்கராசுவை எம்.ஜி.ஆர் கைகழுவுகிறார்போல' என்றே நினைக்க வேண்டியிருந்தது.

கம்யூனிஸ்ட் எஸ்.ஜி.முருகையன் கொலை செய்யப்பட்டபோது நாகை நாடாளுமன்ற தொகுதிக்கு இடைத்தேர்தல். அப்போது திருவாரூர் தங்கராசு நாகையில் பேசிய மேடைப் பேச்சில் எம்.ஆர். ராதா பற்றியும் எம்.ஜி.ஆர் பற்றியும் :

"நல்லா இருந்த மூதேவி இந்த எம்.ஆர்.ராதாவுக்கு சாகிற காலத்தில இப்படியா புத்தி கெட்டுப் போகனும். இவ்வளவு காலமும் பகுத்தறிவு பேசிக்கிட்டிருந்த மூதேவி இப்படி பண்ணுமுன்னு யார்

நினச்சா? வேலும் நாயும் துணை! கந்தர் அலங்கோலம்! ம்ஹூம்...
அலங்கோலம்...கந்தரகோலம்..."

"எம்.ஜி.ஆர் ஏன் நான் நடத்துன விழாவுக்கு வரல்லேன்னு
தெரியுமா? என்னமோ எனக்கும் எம்ஜி.ஆருக்கும் இனி உறவே
இல்லன்னு அரசியல் பண்ணுறானுக. என்ன நடந்துச்சுன்னு
உனக்குத் தெரியுமா? எனக்குத்தான் தெரியும். இப்ப சொல்றேன்.
நானும் எம்.ஜி.ஆரும்தான் கார்ல ஒன்னா கிளம்பினோம்.
வான்கோழி பிரியாணியோ என்னவோ எம்.ஜி.ஆருக்கு ஒத்துக்கல.
வழியில என்ன நடந்துச்சு தெரியுமா? கரும்புக் காட்டில எம்.
ஜி.ஆரு வெளிக்கி போனாருன்னா நம்புவியா? வயித்தால சும்மா
பீச்சிக்கிட்டு அடிக்குது. சர்..சர்னு. டே யாராவது நம்ப முடியுமா?
முதலமைச்சர் எம்.ஜி.ஆர்கரும்புக்காட்டுல வெளிக்கி போனாரு.
ஒரு தடவை ரெண்டு தடவை இல்ல. சும்மா தண்ணியா பீச்சிக்கிட்டு
போகுது. நான்தான் சொன்னேன். 'நீங்க விழாவுக்கு வரவேண்டாம்.
ஓய்வெடுங்க'ன்னு அனுப்பிவச்சேன். தெரிஞ்சிக்க"

லோகல் பாலிடிக்ஸ்... அற்றைத் திங்கள்
அவ்வெண்ணிலவில்

மதுரை கம்மாக்கரை கண்ணுசாமி தேவர் திமுகவின் கம்மாக்கரை அவைத்தலைவர். மேடையில் கண்ணுசாமி தேவர் பேசுகிற அழகு பிரத்யேகமானது. நல்ல போதையில்தான் மீட்டிங் மேடையில் ஏறுவார். பொன்னாடையை ஒச்சுதான் வந்து போர்த்துவான். ஒச்சு, பொன்னாடை இரண்டுமே இவர் ஏற்பாடுதான்.

எடுத்த எடுப்பிலே எம்.ஜி.ஆரை வம்புக்கிழுப்பார். "நீ என்ன சண்டை போடுறே. நீ ஆம்பிளையின்னா ஒண்டிக்கு ஒண்டி இந்த கண்ணுசாமி கூடவா. ஒங்காத்தாகிட்ட குடிச்ச சினைப்பால கக்க வைக்கலே நான் ஒன் கெண்டகாலு மசுரூன்னு வச்சிக்க. எங்க மு.க.முத்து நடிக்க வரவும் மார்கெட் போயிடுமேன்னு பயந்துபோய் புதுசா கட்சி ஆரம்பிச்சிருக்க வெண்ணை... நீயெல்லாம் ஒரு கட்சிக்கு தலைவர்னா நான் ஐக்கிய நாட்டு காரியதரிசிடா டே... கலைஞர்கிட்ட மோதினா காணாம போயிருவ.

டே நிக்சன்! நீ அமெரிக்காவுக்கு ஜனாதிபதி. ஆனா கண்ணுசாமி கம்மாக்கரை ஜனாதிபதி. நிக்சன்! ஒன்னை நான் பாராட்டுறேன். நீ வாட்டர் கேட் பண்ணே. ஆனா உடனே பில் பண்ணி ராஜினாமா பண்ணே. ஒன்னை நான் பாராட்டுறண்டா.

ஆனா... (இந்த இடத்தில் நாக்கை கடிக்கிறார்) இந்திராகாந்தி... நீ மொத்தம் ஒவ்வலே... மரியாதியா திருந்திடு... நடக்கிறது எங்க ஆட்சி... எமர்ஜென்சிகேல்லாம் கண்ணுசாமி பயப்பட மாட்டான். மரியாதையா திருந்து... இல்லன்னா மதுரை பக்கம் வந்துகிடாதே... வீணா அழிஞ்சு போவே கலைஞரை பகைச்சேன்னு வச்சுக்க உனக்கு கண்ணுசாமிதான் எமன்.

டே எதிர்க்கட்சி காவாலிகளா (கண்ணுசாமி தேவர் தம்பி சின்னசாமி தேவர், தங்கச்சி மாப்பிள்ளை கருத்தகண்ணு இருவரும் அண்ணா திமுக) நேத்து பேஞ்ச மழையில இன்னைக்கு முழச்ச காளான் எல்லாம் நெஞ்ச நிமித்துராங்கடா !அழிஞ்சே போவீங்கடா... மரியாதையா கலைஞர் கால்லே வந்து விளுந்துடுங்கடா... அதுதான் பொழைக்கிற வழி.

டே தங்கபல்லு தங்காத்து உனக்கு இருக்குடி ஒரு நாளைக்கு... (இது தனிப்பட்ட பகை - கொடுக்கல் வாங்கல் விவகாரம். கண்ணுசாமி கடன் வாங்கியிருக்கிறார். தங்காத்து திருப்பிக் கேட்கிறார். அதற்காக மேடையில் சவால்) சும்மா நடக்கும்போதே எனக்கு வேட்டிக்கு வெளியே நீட்டிகிட்டுதாண்டா இருக்கும். டே... எனக்கல்லாம் ஏந்திரிச்சிடுசின்னு வச்சிக்க அப்புறம் மடக்கரதுக்கு இந்தியாவிலேயே ஆளு இல்லடா டே...

யாருடா அவன்... நான் பேசும்போது அடிச்சி பார்க்கிறவன்... அவனை தூக்குங்கடா... அந்த மண்டை மூக்கனைத்தாண்டா... டே ஒத்தகாதா (இவனுக்கு ஒரு காது கிடையாது) அவனை தூக்குடாங்கரேன்... காதோட சேர்த்து அப்பி தூக்குடாங்கரேன் என்னடா.... அவன் முழியே அப்படிதானா... அந்த முழியைத்தாண்டா நோண்டணும் பேசும்போது அடிச்சி பார்க்கிராண்டாங்கிரேன் ...."

அடுத்த வாரம் சின்னசாமி தலைமையில் அண்ணா திமுக கூட்டம். சின்னசாமி தேவரின் வீரவசனங்கள்... மேற்கண்ட கண்ணுசாமி மேடைபேச்சு... வருடம் 1975 ஆகஸ்ட்மாதம். 34 வருடங்களுக்கு முன்... தமிழக முதல்வர் அப்போது மு.கருணாநிதிதான். திண்டுக்கல் பாராளுமன்ற இடைத்தேர்தலில்(1973) எம்.ஜி.ஆர் கட்சி மகத்தான வெற்றி பெற்று இரண்டு வருடத்திற்கு மேல் ஆகிவிட்ட பின்னால்!

கண்கள் பனித்தன. நெஞ்சம் இனித்தது

மாறன் பிள்ளைகள் மீண்டும் இணைந்தது பற்றி...

அழகிரியும் தயாநிதிமாறனும் பின்னிப் படர்ந்துவிட்டார்கள். இடுப்புக்கு கீழே இருபத்தெட்டு சுத்து. இனி அழகிரி தும்பிக்கையை தரையில் ஊனி நாலு காலையும் மேலே தூக்கி சங்குசக்கரமா சுத்தினா, தயாநிதி மாறனும் கலாநிதி மாறனும் மரத்திலே வாலை தொங்கபோட்டு ஊஞ்சல் ஆடுவாங்கய்யா!

ஜெயலலிதா கட்சியில் மன்னார்குடி அட்டகாசம் என்றால் கருணாநிதி கட்சி குடும்பபடம். குடும்பம் ஒண்ணு சேர்ந்தவுடன் சினிமாலே 'சுபம்' போட்டுடுவான். Blood is thicker than Water! பாவம் கனிமொழி! ஓஹோ! செல்வி இருக்கிற இடம். கனிமொழி அங்க வரக்கூடாது. பெரிசு சும்மா இல்ல. பிள்ளைங்க ஸ்டாலின், அழகிரி, பேரன் எல்லோரும் போய் ராஜாத்தியம்மாகிட்ட ஆசிர்வாதம் வாங்கணும்னு கறாரா சொல்லிட்டாரு. மு.க. முத்து?

இந்த உட்குடும்ப சண்டையும் சமாதானமும் சுயநலவெறியின் வெளிப்பாடு!

'கண்கள் பனித்தன. நெஞ்சம் இனித்தது' தமிழக முதல்வரின் புதிய Quotation! பேஷ்! பேஷ்!! கடந்த முப்பதுக்கு மேற்பட்ட வருடங்களில் இப்படி பல Quotations அடிக்கடி உதிர்த்திருக்கிறார்.

அண்ணா மறைந்தபோது 'கடலில் உள்ள முத்தெல்லாம் முத்தல்ல. நான்தானடா முத்து என்று கடற்கரையில் உறங்குதியோ அண்ணா."

'பாவம் அவன் ஒரு இளம்தளிர் - மு.க.முத்து பற்றி (எம்.ஜி.ஆர் காரணமாக திமுக உடைந்தபோது)

'பார்த்தேன், படித்தேன், ரசித்தேன்' சர்க்காரியா கமிசன் முன் எம். ஜி.ஆர், கல்யாண சுந்தரம் கொடுத்த புகார் பற்றி...

'தாக்குகின்ற கணை எத்தனை நீ தொடுத்தபோதும் அத்தனையும் தாங்கும் என் நெஞ்சே உன் அன்னை' கண்ணதாசன் மறைந்தபோது...

இந்திரா காந்தி சுட்டுக் கொல்லப்பட்டபோது கருணாநிதி: 'இந்திய தீபகற்பம் இன்று கடலில் அல்ல, கண்ணீரில் மிதக்கிறது.'

'போய் விட்டாயா மதி?' தன் உட்கட்சி எதிரி மேதை மதியழகன் மறைந்தபோது...

எம்.ஜி.ஆர் இறந்தபோது 'செல்வாக்கும் சொல்வாக்கும் மிக்க முதல் அமைச்சர். என் நாற்பதாண்டு கால நண்பர்...'

'நெஞ்செல்லாம் தமிழ் மணக்க, நாவெல்லாம் தமிழ் மணக்க...' நாவலர் நெடுஞ்செழியன் மறைந்தபோது...

இன்று பேரன்களின் மீது உள்ள பரிவு "கண்கள் பனித்தன. நெஞ்சம் இனித்தது."

ஒரு சுவாரசியமான முதல் அமைச்சர் பலமுறை தமிழ்நாடு பெற்றதற்கு நாம் சந்தோசப்படலாம். இப்படி ஒரு சுவாரசியமான முதல்வர் இந்தியாவில் வேறு எந்த மாநிலத்திற்குமே கிடைத்ததில்லையே! இந்த முதல் அமைச்சர் இல்லாவிடில் தமிழக வரலாறு வறண்டு உலர்ந்து போயிருக்கும் என்பதில் இரு கருத்து இருக்கவே முடியாது.

மதுரை தினகரன் பத்திரிகை அலுவலக தாக்குதலில் கொல்லப்பட்டவர்களுக்கும் கூட ஒரு இரங்கல் கவிதை இப்போதாவது எழுத மாட்டாரா என்று அதனால் ஒரு ஏக்கம் உண்டாகிறது.

வெற்றிகொண்டான்

திருநாவுக்கரசரின் குற்ற உணர்வு இன்னும் தீர்ந்து தெளிந்தபாடில்லை. தவிக்கிறார்...தத்தளிக்கிறார்...தக்காளி விக்கிறார்... அவருடைய குலதெய்வம் எம்.ஜி.ஆர் ஆதியில் இருந்த கட்சி காங்கிரஸ் என்று கண்டுபிடித்து, அதில் இணைந்ததில் மிகவும் சந்தோசப்படுவதாக, பெருமைப்படுவதாக சொல்லிவிட்டார்.

1940களில் எம்.ஜி.ஆர் கதர் உடுத்தி காங்கிரஸ்காரராக, ருத்ராட்சமாலை, நெற்றியில் திருமண் என்று இருந்தவர்தான். ஆனால் அவருக்கு பெரிதாய் அரசியல் ஆர்வம், ஈடுபாடு, நோக்கம் ஏதும் கிடையாது என எம்.ஆர். ராதா சொல்வார். அவருக்கு சினிமாவில் எப்படியாவது முன்னுக்கு வர ஆர்வம் இருந்தது. உடம்பை மிகவும் கவனமாக பேணுவதில் அக்கறை இருந்தது. மது, சிகரட் கிடையாது. அப்போது மராட்டிய சிவாஜியாக எம்.ஜி.ஆரை நாடகத்தில் நடிக்க வைக்க வேண்டி பெரியார் விரும்பி சொல்லி விட்டாராம். எம்.ஜி.ஆருக்கு அரசியல் சாயம் பூசிக்கொள்ள விருப்பமில்லாததால் மறுத்துவிட்டார். பின்னர் ஈ.வி.கே. சம்பத் தான் சிவாஜியாக நாடகத்தில் நடித்தாராம். அதன் பின்னர் வி.சி. கணேசன் அந்த நாடகத்தில் சிவாஜியாக நடித்து பெரியார் வாயால் சிவாஜி கணேசன் என அழைக்கப்பட்டு பிரபலமாகி திரையுலகிலும் சிவாஜி கணேசன் ஆனார்.

எம்.ஜி.ஆர் முதல்முறையாக முதல்வர் ஆனபோது நடந்த விஷயம் நினைவிற்கு வந்தது. எம்.ஜி.ஆர் தன் அரசியல் பிரக்ஞை ரொம்ப பழமையானது என வலியுறுத்த வேண்டி 'அன்றைய தினம் வெள்ளையனே வெளியேறு இயக்கத்தின்போது, மகாத்மா

காந்தி அவர்கள் உண்ணாவிரதம் இருந்தபோது, நானும் உண்ணாவிரதம் இருந்தேன்' என என்னத்தையோ உளறினார். உடனே வெற்றிகொண்டான் இதை தன் பாணி தாக்குதலுக்கு பயன்படுத்திக்கொண்டது இப்படி!

"குல்லாக்காரப்பய வாயத் தொறந்தாலே புழுகித் தள்ளுறான்! காந்தியும் நானும் ஒண்ணா ஒரே மேடையிலே உண்ணாவிரதம் இருந்தேன்னு சொல்லுறாய்யா! இவன் பொய்யுக்கு அளவே இல்லாம போயிடிச்சே! நான்கூட நம்ம கோடம்பாக்கம் காந்திகிட்டே 'ஏலே! நீயாடா? உன்னோட குல்லாக்காரன் சேர்ந்து ஏதும் உண்ணாவிரதம் இருந்தானாடா?'ன்னு கேட்கிறேன். அவன் பதறிப்போய் 'சத்தியமா நான் இல்லே அண்ணே...'ன்னு புலம்புறான். குல்லாக்காரப் பய மகாத்மா காந்தியாத்தான்யா சொல்றான்!" (காந்தியார் உண்ணாவிரதம் இருக்கிறபோதெல்லாம் நாடெங்கும் பலரும் அப்போது உண்ணாவிரதம் இருப்பார்கள்தான்.) குல்லாக்காரப்பய.... குல்லாக்காரப்பய என்று எம்.ஜி.ஆரை கோமாளியாக சித்தரித்து வெற்றிகொண்டான் அப்போது கூட்டத்தை சிரிக்கவைத்து பலருக்கு வயிறே புண்ணாகிவிடும்.

எம்.ஜி.ஆர் திடீரென்று "நான் மன்றாடியார் பரம்பரை" என்றார். கருணாநிதி தன் பதிலாக "ஆம். டெல்லியில் மன்றாடிய பரம்பரை!" என்றார். அப்போது திமுக மேடைகளில் வெற்றிகொண்டான் செய்த கலாட்டா - "நான் பக்தவத்சலத்தை பார்க்கப் போயிருந்தேன். அவர் அழுதுகொண்டே சொன்னார். "இந்த குல்லாக்காரப் பய என்ன நிம்மதியா சாக விடமாட்டான் போல இருக்குப்பா." "ஏன்யா இப்படி கவலைப்படுகிறீர்கள்?" என்று நான் கேட்டேன். பெரியவர் பக்தவத்சலம் விம்மிக்கொண்டே சொன்னார் "திடீர்னு குல்லாக்காரன் 'நான் முதலியார். பக்தவத்சலம்தான் எங்க அப்பா' ன்னு சொல்லிட்டா என்ன செய்யறது?" தமிழக முதல்வராக இருந்த காலத்தில் பத்திரிகைகளில் கார்ட்டூனில் பக்தவத்சலத்தை குரங்கு போலவே வரைவார்கள். ஜெயந்தி நடராஜனின் தாத்தா.

மோகன் குமாரமங்கலம் விமானவிபத்தில் மறைந்த மறுநாள் மதுரை ஆரப்பாளையத்தில் நடந்த திமுக கூட்டத்தில் வெற்றிகொண்டான் பேசியது:

கடவுள் மோகன் குமாரமங்கலத்திடம் கேட்டார் "மோகன்! நீ கலைஞரை ரொம்ப திட்டுற.

மோகன் குமாரமங்கலம் பதில்: ஆமா கடவுளே. அதுதான என் வேலை. திமுகவை எம்.ஜி.ஆரை வைத்து உடைத்ததே என் வேலைதான். இந்திராகாந்தி இந்த மாதிரி வேலை செய்யறதுக்காகவே என்ன மத்திய மந்திரியாக்கி வச்சிருக்கு கடவுளே!

கடவுள்: மோகன்! நீ இந்த மாதிரி வேலையை நிறுத்து. கலைஞரைத் திட்டாதே.

மோகன் : முடியாது கடவுளே!

கடவுள் : அப்ப நீ கலைஞரைத் திட்டுவே?

மோகன் : ஆமா கடவுளே!

கடவுள் : திட்டுவ நீ?

மோகன்: ஆமா திட்டுவேன்.

கடவுள்: சரி நீ ஏறு ப்ளேனுலே!!

எம்.ஜி.ஆர் ஆட்சியில் முதல்முறையாக கருணாநிதி கைது செய்யப்பட்ட நிகழ்வைப் பற்றி வெற்றிகொண்டான்:

மாஜிஸ்ட்ரேட் சொன்னார் 'கருணாநிதியைக் கைது செய்ய உத்தரவிடுகிறேன்.' அப்படி சொன்னதுதான் தாமதம். அந்த கோர்ட்டுக்கு எதிரே ஒரு ஓட்டல். நல்ல பெரிய ஓட்டல். நீங்க ஓட்டல்காரன்கிட்டே இப்ப கேளுங்க. இன்னைக்குப் போயி கேளுங்களேன். அவன் சொல்வான். "இந்த இடத்திலேதான் என் ஓட்டல் இருந்துச்சி" ஓட்டல் இருந்த இடத்த கைநீட்டி காட்டி இன்னைக்கும் சொல்றான்." இந்த இடத்திலேதான் என் ஓட்டல் இருந்துச்சி."

(கருணாநிதி கைது உத்தரவைக் கேட்டவுடன் கொதித்துப்போய் ஆவேசத்தில், உடனே, உடன்பிறப்புகள் ஓட்டலை அடித்து நொறுக்கி விட்டார்களாம். இப்போ வெறும் பொட்டல்தான். ஓட்டல் கட்டிடம் தூள்தூளாகிவிட்டது என்று அர்த்தம்!)

திருச்சி திமுக கூட்டமொன்றில் சில வருடங்களுக்கு முன் ஜெயலலிதாவின் வீடு பற்றி வெற்றிகொண்டான்: "டே! உன் தலைவி ஜெயலலிதா வீட்டுக்கு வேதா நிலையம்னு பேர் எப்படி

வந்துச்சி தெரியுமா. வேதாசலம் முதலியார்னு மதுராந்தகத்துலே ஒர்த்தன். அவன்தான் ஜெயலலிதா அம்மா சந்தியாவை கொஞ்சநாள் அந்தக் காலத்திலே ஒட்டிக்கிட்டு இருந்தான். அவன்கிட்ட இருந்து புடுங்குன வீடுதான் உன் தலைவியோட வேதாநிலையம்!"

The Man who scared Indira Gandhi

எம்.ஜி.ஆர் திமுகவிலிருந்து வெளியேறி கட்சி ஆரம்பித்து மக்கள் செல்வாக்கு பெற்று இடைத்தேர்தலில் வென்று இரண்டாம் மட்டத் தலைவர்கள் ஒவ்வொருவராக தலைவர் முதுகில் குத்திவிட்டு திமுக வை விட்டு விலகி எம்.ஜி.ஆரிடம் சென்ற பின் கருணாநிதிக்கு விஷேச அந்தஸ்து அரசியல் உலகில் ஏற்பட்டது.

காங்கிரசுக்கு எதிரான தேடப்பட்ட அகில இந்தியத் தலைவர்களுக்கு கருணாநிதி மீது ஒரு வாஞ்சை ஏற்படும்படியாக, எமர்ஜென்சி காலத்தில் இந்திரா காந்தியின் விருப்பப்படி செயல்பட மறுத்த முதல்வர் கருணாநிதியின் அரசு டிஸ்மிஸ் செய்யப்பட்டது.

திமுகவில் ஸ்டாலின் உள்பட பலர் மிசாவில் கைது செய்யப்பட்டனர்.

ஆங்கிலப் பத்திரிகையொன்று அட்டைப்படத்தில் கருணாநிதி படத்தைப் போட்டு The man who scared Mrs Gandhi என்று கௌரவப்படுத்தியது.

காமராஜரைக் கைது செய்ய மறுத்தார் கருணாநிதி என்பது துவங்கி, தலைமறைவாக இருந்த ஜார்ஜ் ஃபெர்ணாண்டஸ் போன்றவர்களுக்கு உதவினார் என்பதாகவெல்லாம் பலவாறு கருணாநிதிக்கு புதிய அரசியல் பிம்பம். இரண்டாம் சுதந்திரப்போர் நாயகர்களாக அறியப்பட்ட ஜெயப்ரகாஷ் நாராயண், மொராார்ஜி தேசாய், வாஜ்பாய், ராஜ்நாராயண், சஞ்சீவரெட்டி, போன்றோரின் good books ல் இடம் பெற்ற திமுக தலைவர் நிஜமாகவே தமிழகத்தில் படித்தவர்கள் மத்தியில் Reasonable politician என்று மதிக்கப்பட்டார்.

திமுக வில் தொண்டர்கள் கொள்கைப்பிடிப்புடன் தீவிர இயக்கப்பற்றுடன் இயங்கினர். அப்போது திமுகவில் இருந்த தொண்டர்கள் கூட எம்.ஜி.ஆர் ரசிகர்களாக முன்னர் இருந்தவர்களே.

ஆனால் சினிமா மாயையில் இருந்து வெளி வந்து விட்டவர்களாக, தங்களைப் பற்றிய பெருமிதம் கொண்டிருந்தார்கள். பாமர ஜனங்கள் எம்.ஜி.ஆருக்கு ஆதரவாகவும் படித்தவர்கள் பலர் கருணாநிதி அரசியலை ஆதரிப்பவர்களாகவும் இருந்தார்கள்.

இந்திரா காந்தி திடீரென்று பொதுத்தேர்தலை அறிவித்தார். 1976ல் நடந்திருக்க வேண்டிய தேர்தல் 1977ல் நடந்தது.

அந்தத் தேர்தல் 1971 பாராளுமன்றத் தேர்தல் போல் அல்லாமல் அரசியல் காட்சிகள் தமிழகத்தில் பெரும் காட்சி மாறுதலுடன் நடக்கவிருந்தது.

அப்போது காமராஜரின் சீடர் பா.ராமச்சந்திரன் தமிழக ஜனதாவின் தலைவர். கிட்டத்தட்ட ஸ்தாபனகாங்கிரஸுடன் திமுக கூட்டு என்று தான் சொல்ல வேண்டும். இடது கம்யூனிஸ்டுகளும் இந்தக் கூட்டணியில். அப்போது கருணாநிதி திருச்சியில் பா.ராமச்சந்திரன் ஒரே மேடையில் தேர்தல் பிரச்சாரம்.

திருச்சியில் கருணாநிதியின் 1977 பொதுத்தேர்தல் மேடைப் பேச்சு:

பா. ராமச்சந்திரன், வெங்கடேஷ்வர தீட்சிதர், பி.ராமமூர்த்தி எல்லோர் பெயரையும் மதிப்போடு குறிப்பிட்டுவிட்டு கழக கண்மணிகளாம் அன்பு உடன் பிறப்புகளே (ஆரவார கூச்சல்) என்று சொல்லி ஆர்ப்பரிப்பு ஓய்ந்த பின்

"உங்களுக்கு வியப்பாக இருக்கலாம். நான் ராட்டை சின்னத்திற்கு வாக்களியுங்கள் என்று கேட்பதும் பா.ராமச்சந்திரன் உதய சூரியன் சின்னத்தில் வாக்களியுங்கள் என்று கேட்பதும் உங்களில் அனேகருக்கு வியப்பாக இருக்கலாம். வாக்களியுங்கள் என்று கேட்பது மாத்திரமல்ல. நானே பா.ராமச்சந்திரனுக்குத்தான் ராட்டை சின்னத்தில் வாக்களிக்க இருக்கிறேன். ஆண்டாண்டு காலமாக உதய சூரியன் சின்னத்திலே வாக்களித்து வாக்களித்து பழக்கப்பட்ட இந்தக் கரம் இப்போது ராட்டை சின்னத்தில் பா.ராமச்சந்திரனுக்கு வாக்களிக்கப் போகிறது. அவர் மாத்திரம் என்னவாம்? (கரகோஷம்) முரசொலி மாறனுக்கு உதயசூரியன் சின்னத்தில் தான் வாக்களிக்கப் போகிறார்.

அவசர நிலைமை பிரகடனம் செய்கிற அளவுக்கு நாட்டிற்கு என்ன ஆபத்து வந்து விட்டது. சீனத்துக்காரன் சீற்றம் கொண்டானா?

பாகிஸ்தான்காரன் படையெடுத்தானா? இல்லையே! என்ன அவசியம்? ஆபத்து எதுவும் இந்தியத் திருநாட்டுக்கு இல்லை. இந்திரா காந்தியின் வீட்டுக்குத்தான்.

(கரகோஷம் அடங்க வெகு நேரம் ஆகிறது.)

அலகாபாத் நீதிமன்றத்திலே ஒரு நீதிபதி. சின்கா அவரது பெயர். சொந்தக் கையாலேயே தீர்ப்பு எழுதக்கூடிய சுபாவம் கொண்டவர்! (மீண்டும் நீண்ட நேர கைத்தட்டல்)

அந்த நீதிபதி சொன்னார் 'இந்திரா காந்தி தேர்தலில் ஜெயித்தது செல்லாது. அவர் இனி பத்தாண்டு தேர்தலில் நிற்கக்கூடாது.' என்ன சொன்னார். ஓராண்டு ஈராண்டல்ல! பத்தாண்டு தேர்தலில் போட்டியிடக் கூடாது என்றார்.

அதனால்தான் இந்திய நாடு அவசர நிலைமையை எதிர்கொள்ள வேண்டிய துர்பாக்கியம் நேர்ந்து விட்டது. இல்லை என்று மறுக்க முடியுமா? அவசர நிலைமைக்கால கொடுமைகளை மறக்க முடியுமா?

பாராளுமன்றத்திற்கு நடக்க வேண்டிய தேர்தல் ஈராண்டு தள்ளிப் போடப்பட்டது.

பாராளுமன்றத் தேர்தல் ஈராண்டு தள்ளிப் போடப்பட்டது சர்வாதிகாரமல்லவாம். அப்படி ஈராண்டு தள்ளிப்போட்ட தேர்தலை இன்று ஓராண்டிலேயே அறிவித்தது சர்வாதிகாரமல்லவாம். நம்ப வேண்டுமாம். எதிர்பார்க்கிறார்கள்! (கைத்தட்டல்)திடீரென்று தேர்தலை அறிவித்ததே மிகப்பெரிய ஜனநாயகச் செயல் என்று இன்று வாதிக்கப்படுகிறது.(கூட்டம் ரசித்து சிரிக்கிறது)

இந்த அம்மையார் நான் முதல்வராக இருக்கும்போது அவசர நிலைமையை அறிவிக்கிறார். காமராஜர் நீங்கலாக தேசத்தலைவர்கள் கைது செய்யப்படுகிறார்கள். பத்திரிக்கை சுதந்திரம் பறிக்கப்படுகிறது. நான் பெருந்தலைவர் காமராஜரை அவர் வீட்டுக்குச் சென்று பார்த்தேன். அவர் விம்மி அழுதார். என்னைப் பார்த்து "தேசம் போச்சு... தேசம் போச்சு... தேசம் போச்சு..." என்று மும்முறை கூறினார். நான் காமராஜரை எதிர்த்து நேருக்கு நேர் அரசியல் செய்தவன். அரசியல் எதிரி. ஆனால் காமராஜரின் முதுகில் குத்தியவன் அல்லவே. சி.சுப்ரமண்யம் கால காலமாக காமராஜருக்கு துரோகம் செய்தவர். ஆர்.வெங்கட்ராமன் காங்கிரஸில் காமராஜரின் முதுகில் குத்தியவர்.

கருணாநிதி ஓட்டு கேட்டு வரலாமா? என்று கேட்கிறார்கள். நான் நீதிமன்றத்தால் இந்திரா காந்தி போல தண்டிக்கப்பட்டவனா? இந்திரா காந்தி அலகாபாத் உயர் நீதிமன்றத்தால் தண்டிக்கப்பட்டவர். (கைத்தட்டல்)

தண்டிக்கப்பட்ட இந்திரா காந்தி ஓட்டு கேட்டு வரலாம். ஆனால் கண்டிக்கப்படாத கருணாநிதி வரக்கூடாதா!"

விண்ணைப்பிளக்கும் கரகோஷம் நிற்க வெகு நேரமாகிறது.

–

1977 தேர்தலில் மு.கருணாநிதிக்கு ஒரே ஒரு பாராளுமன்ற தொகுதிதான் கிடைத்தது. வடசென்னையில் ஏ.வி.பி. ஆசைத்தம்பி மட்டும் வெற்றி பெற்றார்.

சோவின் கிண்டல் - வட சென்னையில் மட்டும் சுயாட்சி!

இந்திரா காந்தி ரேபரேலியில் ராஜ்நாராயணிடம் தோற்றார்.

சட்டசபைத் தேர்தலில் கருணாநிதியின் துவண்டு விடாத பேச்சு "நடிகர் கட்சி (அதிமுக- அண்ணா திமுக என்று ரொம்ப நாள் கருணாநிதி சொல்லவே மாட்டார்.) இடது கம்யூனிஸ்ட் உள்ளிட்ட ஒரு கூட்டணி, ஜனதா கட்சி, உழைப்பாளர் கட்சி ஓர் அணி, இந்திரா காங்கிரஸ் - வலது கம்யூனிஸ்ட் இணைந்து ஓர் அணி, இவர்களெல்லாம் ஓர் அணி, நாம் "தனி"!

"நாம் மட்டும் தனித்து நிற்கிறோம் என்று சொல்லி 48 தொகுதிகள் வென்றார். சென்னை திமுகவின் கோட்டை என்றானது. 14ல் ராதாகிருஷ்ண நகர் (ஐசரி வேலன் அதிமுகவில் ஜெயித்த தொகுதி) நீங்கலாக 13 தொகுதிகள் கருணாநிதியின் தனிப்பட்ட செல்வாக்குக்காக! தஞ்சையில் எட்டு தொகுதிகள். நன்றி அறிவிப்பில் சொன்னார்-"தஞ்சையிலே நஞ்சையுண்டு, புஞ்சையுண்டு, நன்கறிவேன்... நன்றியும் உண்டு என்று தெரிந்து கொண்டேன்!"

ஜனதா கட்சி மத்தியில் பதவியேற்றதும் இந்திரா ஆதரவில் எம். ஜி.ஆர் சிறிது தயக்கம் காட்டினார். தமிழகத்தில் தஞ்சை பாராளுமன்ற இடைத்தேர்தலில் இந்திரா காந்தி நிற்க எண்ணியபோது எம்.ஜி.ஆர் உற்சாகம் காட்டவில்லை. தயக்கம் காட்டினார். மொராார்ஜியுடன்

நல்லுறவை அன்றைய தமிழக முதல்வர் நாடினார். இந்திரா காங்கிரஸ் சார்பில் சிங்காரவேலுதான் அன்பில் தர்மலிங்கத்தை எதிர்த்து வெற்றி பெற்றார். காட்சிகள் வெகுவேகமாக மாறின. ஜனதா கட்சியில் ஒவ்வொருவரும் ஹாலிவுட் ஆக்டர்கள் போல. தனித்தன்மை மிக்க கதாநாயகர்கள் பலர் ஒரே நேரத்தில் ஒரே அணியாக எத்தனை நாள் இயங்க முடியும். எல்லோருமே dynamic personalities!

Too many cooks spoil the cake! மொராார்ஜி போய் சரண்சிங் வந்தார்! கவிழ்ந்தார். ஏக் தீன் கா சுல்தான்! 1980ல் பாராளுமன்றத்திற்கு இடைத்தேர்தல்! இந்திரா காந்தியும் கருணாநிதியும் தமிழகத்தில் கூட்டு. கருணாநிதி சொன்னார். "நேருவின் மகளே வருக! நிலையான ஆட்சி தருக!"

இந்திரா காந்திக்கு கருணாநிதி மேல் ஒரு ரசனை இருந்தது. எதிர்ப்பதிலும் சரி, ஆதரிப்பதிலும் சரி கருணாநிதியிடம் தெளிவு இருக்கிறது. தன் நடவடிக்கைகளில் குழப்பமில்லாதவர். "Genuine person!" என்றார்.

அந்த 1980 பாராளுமன்ற தேர்தல் எம்.ஜி.ஆருக்கெதிரான கருணாநிதியின் வெற்றி என்றே கொண்டாடப்பட்டது. பிரதமர் இந்திரா தமிழக ஆட்சியை கலைத்தார். சட்டசபைத் தேர்தலில் எம். ஜி.ஆர் வெற்றி பெற்றார்.

இந்திரா காந்தி சுட்டுக்கொல்லப்பட்டபோது மு.க வேதனையுடன் சொன்னார்-"இந்திய தீபகற்பம் இன்று கடலில் அல்ல, கண்ணீரில் மிதக்கிறது."

—

1971 இடைத்தேர்தலில் தமிழகம்

1967ல் காங்கிரஸுக்கு தேர்தல் சின்னம் இரட்டைக்காளை மாடுகள்.

காளைமாட்டுச் சின்னத்தில் ஓட்டு போடுங்கள் என்று 1967 பொதுத்தேர்தலில் பிரச்சாரம்.

'ஆயிரம் வரிகள் விதித்தவரே! அண்ணாவை சிறையில் அடைத்தவரே! அறுபத்தியேழில் சூரியன் உதிக்குது! நில்! நில்! நில்! காளைமாடே நில்! நில்!' வாழ்க்கைப்படகு படத்தில் "ஆயிரம்

பெண்மை மலரட்டுமே! ஆயிரம் கண்கள் ரசிக்கட்டுமே" பாடலின் மெட்டு.

அப்போதைய தமிழக முதல்வர் பக்தவத்சலம். திமுக கோஷம் - பக்தவத்சலக் குரங்கே! பதவியை விட்டு இறங்கு!

உதயசூரியன் தான் உதித்தது!

'படுத்துக்கொண்டே ஜெயிப்பேன்' என்ற காமராஜர் தன் சொந்த ஊரில் தோற்றுப்போனார். 51 இடங்கள் காங்கிரசுக்கு. பரங்கிமலை தொகுதியில் நின்ற குண்டடிபட்ட எம்.ஜி.ஆர் தான் படுத்துக்கொண்டே ஜெயித்தார்.

அண்ணாதுரையின் தி.மு.க அரியணையேறியது.

\-

திமுக நடத்திய உலகத்தமிழ் மாநாடு.

அண்ணனுக்கும் ஓர் சிலை வைத்த போது,

"ஆள்காட்டி விரல் மட்டும் காட்டி நின்றார் எம் அண்ணா! ஆணையிடுகிறார் என்றெண்ணியிருந்தோம். ஐயகோ! இன்னும் ஓராண்டே வாழப்போகிறேன் என்று ஓர் விரல் காட்டியது இன்றல்லவோ புரிகிறது" என்று கருணாநிதி கதறியழுதார். திமுகவின் தலைவரானார். அடுத்த முதல்வரானார்.

ஜனாதிபதி தேர்தலில் இந்திராவின் 'மனசாட்சி ஓட்டு' யுக்தி காரணமாக சஞ்சீவரெட்டி தோற்று வி.வி.கிரி ஜெயித்ததில் காங்கிரஸும் இண்டிகேட் சிண்டிகேட் என்று உடைந்தது.

1971ல் அண்ணனை இழந்த தம்பிகள் இடைத்தேர்தலைச் சந்திக்கும்போது இந்திரா காந்தியின் இண்டிகேட் காங்கிரஸுடன் கூட்டு. தமிழகத்தைப் பொறுத்தவரை அது சிண்டிகேட் என்ற ஸ்தாபன காங்கிரஸ் தான். 1967ல் திமுகவுடன் கூட்டு போட்ட ராஜாஜியின் சுதந்திரா கட்சி இப்போது ஸ்தாபன காங்கிரஸுடன் கூட்டு. இங்கே சின்ன வயது கருணாநிதியை எதிர்த்து மூதறிஞர் ராஜாஜியும் பெருந்தலைவர் காமராஜரும் ஓர் அணியில்!

காமராஜரின் ஸ்தாபன காங்கிரஸ் வெற்றி பற்றி சந்தேகமில்லை என்ற நிலை தான். சுதந்திரா கட்சி ஹண்டே பற்றி குறிப்பிடாமல் இருக்கக் கூடாது.சட்டசபையில் அவர் அப்போது கதாநாயகன். பெரியாருக்கு வீரமணி போல ராஜாஜிக்கு அப்போது டாக்டர் ஹண்டே!

திமுக எதிர்ப்பு பிரச்சாரத்தில் அவர் முன்னிலை வகித்தார். இந்தப் பிரச்சார சமயத்தில் எரியீட்டி என்ற திமுக நாளேட்டில் "இங்கே தமிழகத்தில் ஹண்டேக்களும் புண்டேக்களும் இருக்கமுடிகிறென்றால் அது எங்கள் சகிப்புத்தன்மையாலும், பெருந்தன்மையாலும் தான்" என்று எழுதப்பட்டது.

எம்.ஜி.ஆருக்கும் சிவாஜிக்கும் வெறி பிடித்த ரசிகர் கூட்டம். இந்த தேர்தல் கூட இந்த இருவருக்குமான கௌரவப்பிரச்னை என்ற நிலை. சிவாஜி கணேசன் "நடிப்பில் சந்திப்போமா? வீரத்தில் சந்திப்போமா?" என்று எம்.ஜி.ஆருக்கு பகிரங்க சவால் விட்டார். எம்.ஜி.ஆர் இதற்கு பதில் சொன்னார்.

"தம்பி கணேசன் நடிப்பில் சந்திப்போமா? என்று என்னைப் பார்த்துக் கேட்கிறார். நடிப்பில் என்னுடைய பாணி வேறு.அவருடைய பாணி வேறு என்பது அனைவருக்கும் தெரியும். ஏன் என் தம்பிக்கே தெரியும்.பின் ஏன் என்னை அவர் நடிப்புக்கு சவால் விட்டுக் கூப்பிடவேண்டும். ஒரு வேளை 'சிவந்த மண்' படத்தில் இவரை விட நண்பர் முத்துராமன் சிறப்பாக நடித்திருப்பதாக எல்லோரும் சொல்கிறார்களே! அதனால் சிவாஜிக்கு தன் நடிப்பில் சந்தேகம் வந்துவிட்டது போலும்! வீரத்தில் சந்திப்போமா என்று கேட்கிறார்! ஐயோ பாவம்!" கடலலையெனத் திரண்டிருந்த கூட்டத்தின் சிரிப்பும் ஆரவாரமும் அளவிட முடியாதபடி நீண்ட நேரம் நீடித்தது.

'தங்கச்சுரங்கம்' படத்தில் சிவாஜிக்கு வில்லனாக நடித்த ஓ.ஏ.கே தேவர் திமுக மேடையொன்றில் "கணேசா! நீ முதலில் என்னுடன் நடிப்பில் மோதிப்பார்" என்று சவால் விட்டார். கலர் கதாநாயகன் ரவிச்சந்திரன் அப்போது திமுகவுக்கு தேர்தல் பிரச்சாரம் செய்த கதை இன்று பலருக்குத் தெரியாது.

நாகப்பட்டினத்தில் சிவாஜி பிரச்சாரம் செய்தபோது "நாகப்பட்டினத்துக்குத்தான் என் இரண்டு பெண்ணையும் கொடுத்திருக்கிறேன்" என்றார். இதற்கு நடிகர் எஸ்.ஏ. அசோகன்

"ஊருக்கே பொண்ணைக் கொடுத்துட்டாரா?" எனப் பேசி சிவாஜியின் பகையைச் சம்பாதித்தார்.

கருணாநிதி பேசிய ஒரு கூட்டத்தில் ஒருவர் "தேர்தல் பிரச்சாரத்தில் வரம்பு மீறி ஸ்தாபன காங்கிரஸார் அநாகரிமாக கலைஞுரை விளக்குமாற்றுடன் ஒரு பெண் கோபமாக பார்த்து சண்டைக்கு வருவது போல படம் வரைந்திருக்கிறார்கள்" என்று வேதனைப்பட்டார். அதற்கு கருணாநிதி மேடையில் சொன்னார், "காங்கிரஸார் சித்திர எழுத்தில் ஆர்வம் கொண்டவர்கள். அந்தப் பெண் இந்த கருணாநிதியிடம் திமுக ஆட்சியின் நான்காண்டு கால சாதனைகளை விளக்குமாறு கேட்கிறாள். மீண்டும் ஆட்சிக்கு வந்தவுடன் என்னவெல்லாம் நன்மை செய்யப்போகிறீர்கள் என்று விளக்குமாறு கேட்கிறாள். அண்ணனை இழந்த தம்பிகள் இந்தத் தேர்தலில் மீண்டும் வென்று சரித்திரம் படைக்கும்போது மக்கள் வாழ்வில் ஏற்படப்போகும் மறுமலர்ச்சியைப் பற்றி அன்போடு விளக்குமாறு கேட்கிறாள்."

கருணாநிதி பேசிய மற்றொரு தேர்தல் பிரச்சாரக் கூட்டத்தின் எதிரே ஒரு சுவரில் 'பாரு பாரு நல்லாப் பாரு திமுக ஆட்சியின் அலங்கோலத்தைப் பாரு!' என்று பட்டியல் போட்டு எழுதியிருந்தார்கள்.

கருணாநிதி அதைப் பார்த்துவிட்டு தன் கண்ணாடியைக் கழற்றி துடைத்து மீண்டும் முகத்தில் பொருத்திக்கொண்டு தன் விசேஷமான கரகரத்த குரலில் சொன்னார்: "பாரு பாரு! நல்லாப் பாரு! 51 இந்தத் தேர்தலில் 15 ஆகுதா இல்லையான்னு பாரு!"

1971 தேர்தலில் திமுக அமோகவெற்றி பெற்றபோது ஸ்தாபன காங்கிரஸுக்கு 15 இடங்கள் தான் கிடைத்தன! வாக்குச்சீட்டில் ரஷ்ய மை பயன்படுத்தப்பட்டிருந்தது என்ற புரளியை கண்ணியத்துடன் நாகரிகமாக, படுதோல்வி அடைந்த நிலையிலும் பெருந்தலைவர் காமராஜர் புறந்தள்ளினார். ஜிகினா அரசியல் அறியாத உத்தமத்தலைவன்!

எம்.ஜி.ஆரும் கருணாநிதியும் இணைந்து கண்ட மாபெரும் வெற்றி இது.

1972ம் வருடம் முடியுமுன்னே இருவருக்கும் பிரிவுவந்து அரசியல் காட்சிகள் மாற ஆரம்பித்து விட்டன.

எது எப்படியோ! ஒரு விஷயத்தில் அதன்பின் எந்த மாற்றமும் இல்லை என்றாகி விட்டது. தமிழக அரசியல் கருணாநிதியை மட்டும் மையம் கொண்டதேதான். 'கருணாநிதி எதிர்ப்பு' என்ற ஒரு குறுகிய வட்டம்! இதைத் தாண்டி ஒரு உன்னத 'அரசியல் சித்தாந்தம்' எதுவும் வாய்க்கவில்லை என்பது பெரும் துரதிர்ஷ்டம்.

காலா காந்தியின் கோட்சே!

இந்த விஷயம் முதல்முறையாக திமுக ஆட்சிக்கு வந்தபோது நடந்த விஷயம்.

சிட்டிதான் என்னிடம் சொன்னார். சிட்டியும் அண்ணாதுரையும் பச்சையப்பன் கல்லூரியில் வகுப்புத் தோழர்கள். பல வருடங்களுக்குப் பின் சிட்டியை அண்ணாதுரை முதல்வராக சந்தித்தவுடன் ஆனந்தக் கண்ணீர் வடித்தாராம். அப்போது சிட்டி அகில இந்திய வானொலியில் உயர் அதிகாரி. அகில இந்திய வானொலிக்காக அண்ணாவைப் பேட்டி எடுத்துவிட்டபின், அன்றைக்கு பரபரப்புக்குக் காரணமாக இருந்த விருதுநகர் பெ. சீனிவாசனை பேட்டியெடுக்க நினைத்து அதையும் சிட்டி செயல்படுத்தினார்.

உடனே கருணாநிதி சிட்டியிடம் வந்து 'என்ன சார். இப்படி செய்திட்டீங்க. அண்ணாவைப் பேட்டி எடுத்துட்டு அடுத்ததா பெ. சீனிவாசனைப் பேட்டி எடுக்கிறீங்க. இவன் ஒரு பொறுக்கி சார். இவனுக்கு என்ன யோக்யதை இருக்குன்னு இவனையெல்லாம் பெரிய ஆளாக்கிறீங்க. காமராஜரை அவமானப்படுத்த இவனை அவரை எதிர்த்து தேர்தல்லே நிறுத்தினோம். ஜெயிச்சிட்டான். ஜெயிச்சதுக்கு காரணம் இவனா சார். சும்மா குருவி உட்கார பனம்பழம் விழுந்த கதை. தமிழகத்திலே எங்க கட்சிக்கு ஆதரவா எழுந்த அலையிலே சும்மா குருட்டு அதிர்ஷ்டத்திலே ஜெயிச்சவன்" என்றார். கருணாநிதியின் முன்ஜாக்கிரதையை இந்தச் சம்பவம் சுட்டுகிறது. தீர்க்க தரிசனத்தையும் கூட.

ஐம்பெரும் தலைவர்களில் அண்ணா தவிர பிறரை படிப்படியாகப் பின் நகர்த்தி, அடுத்த இரண்டே வருடத்தில் அண்ணா மறைந்தபோது கட்சியையும், முதல்வர் பதவியையும் கைப்பற்றிய

மிகப்பெரிய புத்திசாலியின் பதற்றம்! பெ.சீனிவாசனும் பின்னர் கருணாநிதி சொன்னது சரிதான் என்பதை தன் நடத்தைகளால் நிரூபித்தார். இப்போது பல இடம் தாவிவிட்டு அண்ணா தி.மு.க.வில் இருக்கிறார். அல்லது அங்கிருந்தும் விரட்டப்பட்டு விட்டாரா?

சீனிவாசன், கோவை செழியன், ஜி.விசுவநாதன் மூவரும் நாங்கள்தான் உண்மையான அண்ணாதி.மு.க என்று பிரகடனம் செய்து எம்.ஜி.ஆருக்கு எதிராக அவர் முதல்முதலாக ஆட்சிக்கு வந்த கட்டத்தில் அடித்த கூத்து! அதன்பின் சிதறு தேங்காபோல மூவரும் பிரிந்து தனித்தனி கட்சியில் இணைந்தது இதெல்லாம் நினைத்துப் பார்க்க வேடிக்கையான அரசியல் காட்சிகள்.

பாவம் பெ.சீனிவாசன்! காலா காந்தியை தேர்தலில் தோற்கடித்ததால் தமிழ்நாட்டை பொறுத்தவரை ஏதோ கோட்சே போல் ஆகி மக்களாலும் அரசியல்வாதிகளாலும்கூட வெறுத்து ஒதுக்கப்பட்டவர். சினிமா நடிகை 'தேன்நிலவு' வசந்தியை திருமணம் செய்து... அப்புறம் ஒரு வேடிக்கை. சிவகாசியில் 1989ல் நடிகை ஸ்ரீதேவியின் அப்பா ஜயப்பனையும் சட்டசபைத் தேர்தலில் தோற்கடித்தார்.

நல்ல பேச்சாளர்! பத்து ஆண்டுகளுக்கு முன் என்று நினைக்கிறேன். ஒருமுறை தேர்தலில் போட்டியிட்ட நிலையில் ஸ்ரீவில்லிபுத்தூரில் முச்சந்தியில் வாக்கு கேட்டு பிரச்சாரம் செய்தபோது தன் திருமணத்திற்காக காமராஜரை அழைக்கப்போய் பத்திரிகை கொடுத்ததையும் அந்த எளிமையான அருந்தலைவர் பெருந்தன்மையுடன் இவர் திருமணத்திற்கு வந்ததையும் அழகாக விவரித்துப் பேசினார் பெ.சீனிவாசன்.

"திருமண மேடையில் நான் அமர்ந்திருக்கிறேன். படிக்காத மேதை, ஏழைப் பங்காளன், பெருந்தலைவர் அந்தத் திருமண அரங்கினுள் நுழைந்தார். நீண்ட நெடிய கொடிமரம் மெல்ல அசைந்து அசைந்து வருவதைப் போலிருந்த காட்சி இன்றும் என் கண்ணுக்குள் விரிகிறது."

எம்.ஜி.ஆர் பேச்சு

விஜயா கார்டனில் தென்னிந்திய திரைப்பட இயக்குனர்கள் சங்கம் (SIFDA)நடத்திய திரைப்படத்தொழிலாளர் சம்மேளன விழா. எம்.பி.சீனிவாசனின் இசை நிகழ்ச்சியுடன் ஆரம்பித்தது. சீனிவாசன் இசையமைப்பாளர். அக்ரஹாரத்தில் கழுதை படத்தில் எம்.பி.சீனிவாசன் தான் protagonist.

முதல்வர் எம்.ஜி.ஆர் விழாவுக்கு வருகிறார் என்பதால் விஜயா கார்டன் களையுடன் இருந்தது. எம்.ஜி.ஆர் படங்கள் இயக்கிய பல இயக்குனர்கள், அப்போது ஃபீல்டில் இல்லாத பல டெக்னீசியன்கள் உட்பட நிறைய கலைத்துறை பிரபலங்கள் ஆஜர். எம்.ஜி.ஆர் வந்தார். மேடையேறினார். விஜயாவாஹினி அதிபர் நாகிரெட்டி மேடையேறிவிட்ட எம்.ஜி.ஆரின் காலில் விழ முயற்சி செய்தார். எம்.ஜி.ஆர் காலில் நாகிரெட்டி விழுந்து விடக் கூடாது என்று கெட்டியாக பிடித்துக்கொண்டார். விஜயாவாஹினி அதிபரோ எப்படியாவது காலில் விழுந்தே தீர்வேன் என்று கடும் பிரயத்தனம் செய்தார். எம்.ஜி.ஆர் அவர் முயற்சி ஈடேறி விடாமல் தன் கைகளால் lock செய்து விட்டார். எப்படியோ சரிந்து காலில் விழுந்து எழுந்தார் நாகிரெட்டி! எல்லோருக்கும் ஆச்சரியம். எம்.ஜி.ஆர் முதலாளி என்று மரியாதை செய்யும் நபர் காலில் விழுந்தே தீர்வேன் என்று பிடிவாதம் பிடித்ததைக் காண நேர்ந்ததில்! அங்கிருந்த எல்லோரும் மலைத்துப் போய்விட்டார்கள்!

மேடையில் எம்.ஜி.ஆர் செல்லக் கோபத்துடன் 'என்ன இப்படி? நீங்களுமா?' என்று கையை விரித்து சைகையால் கேட்பதை எல்லோரும் காண முடிந்தது. நாகிரெட்டியிடம் தொடர்ந்து ஏதேதோ பேசி மீண்டும் கை விரித்து என்னமோ சொன்னார். ஸ்டுடியோ அதிபர் மிகவும் உணர்ச்சி வசப்பட்டு கண் கலங்கினார்.

அவர்களுக்குள் Nostalgia எவ்வளவோ இருக்கும்தானே. எங்க வீட்டுப்பிள்ளை படம் எடுத்தவர் அல்லவா? எம்.ஜி.ஆர் பேச ஆரம்பித்தார்:

"உங்களுக்கெல்லாம் தெரியும். சென்ற பாராளுமன்றத் தேர்தலில் அனைத்திந்திய அண்ணா திராவிட முன்னேற்றக்கழகம் எதிர்கொண்ட எதிர்பாராத தோல்வியையத் தொடர்ந்து என்னுடைய மதிப்பிற்கும் மரியாதைக்கும் உரிய பிரதமர் இந்திரா காந்தி அவர்கள் என்னுடைய ஆட்சியைக் கலைத்து விட்டார்கள். அந்த நேரத்தில் நாகிரெட்டியாரின் மூத்த புதல்வர் பிரசாத் அகால மரணமடைந்து விட்டார். நான் துக்கம் விசாரிக்க நாகிரெட்டி அவர்களின் வீட்டிற்குப் போயிருந்தேன். என்னை கண்டதும் அவர் ஓடிவந்து என்னைக் கட்டிப்பிடித்து "உங்கள் ஆட்சியைக் கலைத்து விட்டார்களே" என்று கதறி அழ ஆரம்பித்துவிட்டார். (இந்த இடத்தில் எம்.ஜி.ஆர் சற்று நிறுத்தி விட்டார்.) எவ்வளவு உயர்ந்த உள்ளம் பாருங்கள். அவர் பெற்ற பிள்ளை இறந்து விட்டார். ஆனால் அவர் என்னுடைய ஆட்சியை கலைத்து விட்டார்களே என்று அழுகிறார். என் மீது அவர் எப்படிப்பட்ட அன்பைக் கொண்டிருக்கிறார் பாருங்கள். ('ஆட்சி' என்ற வார்த்தை எம்.ஜி.ஆர் 'ஆச்சி' என்றே உச்சரிக்க முடியும்) நான் இப்போது அவரிடம் மேடையில் ஏதோ கேட்டதை நீங்கள் அனைவரும் பார்த்தீர்கள். நான் கேட்டேன். 'இன்று எனக்கு ஆட்சி மீண்டும் கிடைத்து விட்டது. ஆனால் உங்களுக்கு உங்கள் மகன்? உங்கள் மகனை என்றென்றைக்குமாக நீங்கள் இழந்தே விட்டீர்கள்.' (எம்.ஜி.ஆர் குரல் மிகவும் நெகிழ்ந்து தழுதழுத்தது)

1980களில் வந்த படங்கள் குறித்த தன் அதிருப்தியைத் தொடர்ந்து எம்.ஜி.ஆர் வெளிப்படுத்திய விதம் கீழ் வருமாறு:

'இதயக்கனி' படம் வெளிவந்திருந்தபோது நான் என் ரசிகர் ஒருவரிடம் படம் பற்றி கேட்டேன். அவர் எனக்குப் பிடித்திருக்கிறது என்று சொன்னார். நான் அவர் சொன்னதைக் கேட்டுத் திருப்தியடைந்துவிடவில்லை. 'உன் தாயார் இதயக்கனி படம் பார்த்தார்களா? அவர்கள் என்ன சொன்னார்கள்?' என்று மீண்டும் கேட்டேன். அவர் சற்றுத் தயங்கினார். 'தயவு செய்து அவர் சொன்னதை அப்படியே சொல்' என்றேன். என் ரசிகர் மெதுவாக சொன்னார். 'வர வர எம்.ஜி.ஆர் படம் கூட இனி பார்க்க முடியாது போலிருக்கிறதே என்று என் தாயார் வேதனைப்பட்டார்.' இடி

இறங்கியது போல நான் துடித்துப்போய் விட்டேன். அந்த படத்தில் நான் ராதா சலூஜாவுடன் நெருக்கமாக நடித்து விட்டேன் என்று பலரும் பேசியதை அறிய வந்தேன். மீண்டும் நானே எடிட்டிங் டேபிளில் உட்கார்ந்து அப்படிப்பட்ட காட்சிகளை நீக்கினேன். மீண்டும் படத்தை வெளியிட்டேன். அதற்கே அப்படி என்றால் இப்போது நடப்பது என்ன? எவ்வளவு ஆபாச காட்சிகள். எப்படியெல்லாம் கற்பழிப்பு காட்சிகள். இதுதான் திரையுலகம் காணும் பண்பாடா? இது நியாயமா? நான் மிகுந்த பணிவோடு எச்சரிக்கிறேன். தயவு செய்து நல்ல படங்களை மக்களுக்கு கொடுங்கள். உங்களை கை கூப்பி வேண்டிக்கேட்கிறேன். தயவுசெய்து கண்ணியம் மீறாதீர்கள். வளர்ச்சியில்தான் மலர்ச்சியைக் காண்கிறோம். அதே நேரம் மலர்ச்சியில் வளர்ச்சியைக் காண்கிறோம்."

—

ஒரு தேர்தல் பொதுக்கூட்டம். எம்.ஜி.ஆர் பேசுகிறார். எள் போட்டால் எள் எடுக்க முடியாது என்கிற அளவுக்கு ஜனங்கள். பெண்கள் எப்போதும் போல மிகவும் அதிகம். கூட்டத்தில் தன் பேச்சை முடிக்கு முன் சொன்னார்: "தயவு செய்து தாய்மார்கள் இங்கிருந்து வெளியேறி வீட்டுக்கு சென்று விடுங்கள். நான் ஆண்களிடம் தனியாக கொஞ்சம் பேச வேண்டியிருக்கிறது. தாய்மார்கள் செல்லலாம்."

பெண்கள் கூட்டம் முற்றிலும் வெளியேறிச் சென்று விட்டதை அறிந்த பின் எம்.ஜி.ஆர் சொன்னார். "இப்போது ஆண்கள் செல்லலாம்."

அதிமுகவின் மூலதனம் கருணாநிதி மீதான கடும் பகை மட்டுமே

இதை 2008 செப்டம்பர் மாதத்தில் நான் என் ப்ளாக்கில் எழுதியுள்ளேன்.

அதை அப்படியே கீழே தந்துள்ளேன்.

"ஜெயலலிதாதான் கருணாநிதிக்கு மரியாதை கொடுப்பதில்லை. ஆனால் எம்.ஜி.ஆர் ரொம்ப மரியாதை கொடுத்தார் என்ற அர்த்தத்தில் இப்போது அடிக்கடி சொல்லப்படுகிறது. ஆனால் மேடையில் எம்.ஜி.ஆர் எப்போதும் 'கருணாநிதி' என்று பெயர் சொல்லி தாக்கித்தான் பேசிக்கொண்டிருந்தார். சட்டசபையில் கருணாநிதியை பி.ஹெச்.பாண்டியன் 'நீ ஒரு கொலைகாரன்' என்று ஏக வசனத்தில் பேசிய போதும், கருணாநிதியை சட்டசபையில் பொன்னையன் அடிக்கவே பாய்ந்தபோதும் எம்.ஜி.ஆர் அவர்களைக் கண்டிக்கவே இல்லை. ஆண்டவனே என்று எம்.ஜி.ஆர் கருணாநிதியை மட்டுமல்ல, திருச்சி லோகநாகனின் மாமியார் சி.டி.ராஜகாந்தத்தைக் கூடத்தான் விளித்துப் பேசுவார்! அவரோடு 1940களில் அறிமுகமான பலரையும் எம்.ஜி.ஆர் உரையாடும்போது 'ஆண்டவனே' என்று தான் விளிப்பார்.

இன்று ஜெயலலிதாவுக்கு மட்டுமல்ல, எம்.ஜி.ஆருக்கும் அன்று மிக நன்றாகத் தெரியும். 'கருணாநிதி மீதான கடும் எதிர்ப்பு அரசியல்' மட்டுமேதான் அதிமுகவின் மூலதனம் என்பது. இதையெல்லாம் சொல்லவேண்டியிருக்கிறது! என்ன செய்ய? What you don't know can't hurt you! Ignorance is Bliss!"

—

எம்.ஜி.ஆர் கணக்குக் கேட்டு, கட்சியில் இருந்து விலக்கப்பட்ட பின் ஜெயலலிதா தான் திமுகவிற்கு soft target ஆனார். அப்போது ஜெயலலிதா அரசியலில் இல்லை. "ஜெயலலிதாவிடம் போய் கணக்கு கேளு" என்றும் இந்தி எதிர்ப்பு போராட்டத்தின்போது ஆயிரத்தில் ஒருவன் ஷூட்டிங் கோவாவில் நடந்த விஷயத்தையும் "இந்தி எதிர்ப்பு போராட்டத்தின்போது கோவாவில் ஜெயலலிதாவுடன் டூயட் பாடிக்கொண்டிருந்தாய் நீ" என்றும் தி.மு.க தலைவர்கள் மதுரை முத்து துவங்கி கீழ் மட்டத் தொண்டன் வரை அரசியல் பேசினார்கள்.

எம்.ஜி.ஆரைக் கட்சியை விட்டு விலக்க வேண்டும் என்று கருணாநிதியிடம் வாதாடி அவசரமாக, தானே எம்.ஜி.ஆர் சஸ்பெண்ட் செய்யப்பட்டார் என்று செய்தி கொடுத்தவர் நெடுஞ்செழியன். மதுரையில் அன்பழகன் திலகர் திடலில் பேசிய போது அது பெரிய பாதிப்பை மதில் மேல் பூனையாயிருந்தவர்களிடம் ஏற்படுத்தவில்லை. ஆனால் அடுத்த வாரம் நாவலர் பேச்சைக் கேட்ட பின்தான் திமுக கொடியை எரித்த தொண்டர்கள் பலர் திமுகவிற்கே திரும்பினார்கள். அந்த அளவுக்கு கட்டம் கட்டப்பட்ட எம்.ஜி.ஆர் பற்றி பேசியவர் நெடுஞ்செழியன்.

எம்.ஜி.ஆர் கணக்கு கேட்ட போது யாரெல்லாம் தி.மு.கவில் கோபப்பட்டு கருணாநிதியுடன் கை கோர்த்து நின்றார்களோ, எம்.ஜி.ஆரை கடும் நிந்தனை செய்தார்களோ, அவர்கள் எல்லோரையுமே, மதுரை முத்து, நெடுஞ்செழியன், மாதவன், பண்ருட்டி ராமச்சந்திரன், க.ராஜாராம், ப.உ.சண்முகம், எஸ். எஸ்.ராஜேந்திரன் என்று இன்னும் பலரையும் ஞானஸ்நானம் கொடுத்து எம்.ஜி.ஆர் தன் கட்சியில் சேர்த்துக்கொண்டு, தான் கணக்கு கேட்டதற்கே அர்த்தமில்லாமல் ஆக்கினார். அதாவது கருணாநிதியைத் தனிமைப்படுத்துவதுதான் அதிமுகவின் அரசியல் என்றானது ஒரு கேலிக்கூத்து! இந்திய அரசியலில் கருணாநிதிக்கு முதுகில் விழுந்த குத்து, நம்பிக்கை துரோகம் போல வேறெந்த அரசியல்வாதிக்கும் நடந்தது கிடையாது. ஆனால் இது Blessing in disguise ஆகியதால் 'திமுக' அந்தக் கட்சித்தலைவரின் 'sole property'!

தொடர்ந்த எதிர்மறை விளைவு அழகிரி நான்தான் பட்டத்து இளவரசன் என்று ஸ்டாலினுடன் மோதியதும், என் மகள் கனிமொழி பங்கு என்ன என்பதான ராஜாத்தியம்மாள் தனியாவர்த்தனமும்.

இலட்சியம், கொள்கை, உறுதி

ஏ.வி.பி.ஆசைத்தம்பி திமுகவில் விசேஷ அந்தஸ்தில் இருந்த தலைவர். எப்படியென்றால் அய்யாவோடு இவரை ஒப்பிட்டு திராவிட இயக்கத் தலைவர்களில் இவர்தான் 'குட்டிப்பெரியார்' என்று அடையாளப்படுத்தப்பட்டு கௌரவிக்கப்பட்டவர். 1977ல் பாராளுமன்றத் தேர்தலில் வெற்றி பெற்ற தி.மு.க.வின் ஒரே வேட்பாளர். மாநில சுயாட்சி பற்றிய கழக கொள்கை குறித்து அப்போது சோ கிண்டல். "வடசென்னையில் மட்டும் சுயாட்சி!"

குட்டிப்பெரியார் ஆசைத்தம்பியும் கண்ணதாசனும் மாடர்ன் தியேட்டர்ஸில் வேலை பார்த்துக்கொண்டிருந்தபோது ஸ்டுடியோ அதிபர் சுந்தரம் நடத்திய பத்திரிகையில் இளைஞர்கள் கண்ணதாசனுக்கும், ஆசைத்தம்பிக்கும் ஐம்பது ரூபாய் சம்பளம் போட்டு வேலையை பெர்மணன்ட் ஆக்கியிருக்கிறார். உடனே ஆசைத்தம்பி கண்ணதாசனிடம் சொன்னாராம் "நாம் இனி அய்யா, கட்சி, கொள்கை என்பதையெல்லாம் ஒதுக்கிவிட வேண்டும்டா. பொழப்ப பாக்கணும், குடும்பத்தை பாக்கணும். முதலாளி நம் வேலையை நிரந்தரமாக்கி விட்டார். அவருக்குத்தான் இனி விசுவாசம்." கருணாநிதிக்கு அப்போதே அந்தஸ்து அதிகம். அவருடைய மாத சம்பளம் ஐந்நூறு ரூபாய்!

டி.வி. நாராயணசாமி பராசக்தியில் பண்டரிபாயின் சகோதரராக நடித்தவர். அதில் பகுத்தறிவு சுயமரியாதை லட்சியவாதியாக நடித்திருப்பார். இவர் எஸ்.எஸ்.ஆரின் உடன் பிறந்த சகோதரியின் கணவர். திமுக நடிகர்கள் பட்டியலில் இவருக்கும் இடமுண்டு.

1967ல் தமிழக ஆட்சியை கைபற்றிய திமுக, 1969ல் திமுக தலைமையை கைபற்றிவிட்ட கருணாநிதி 1964ல் கட்சியே வேண்டாம் என்று வெறுத்துப்போய் விட்ட நிலை என்றால் நம்ப

முடியுமா? சென்ற மாதம் தினமலர் வாரமலரில் படித்த விஷயம் இதுவரை கேள்விப்படாத விஷயம். ஆச்சரியமாயிருந்தது. டி.வி நாராயணசாமி நூலில் இருந்து...

1964ம் ஆண்டு. எஸ்.எஸ்.ஆர் வீட்டிற்கு நள்ளிரவில் கருணாநிதியும் அவர் மனசாட்சியான மாறனும் காரில் வருகிறார்கள். டி.வி. நாராயணசாமியை பார்த்தவுடன் கருணாநிதி ஓவென்று கதறி அழுகிறார். "அண்ணாதுரை என்னை திட்டி விட்டார். கட்சிக்கு உன்னால் நன்மை இருப்பது போல தீமையும் இருக்கிறது என்று ஏசிவிட்டார்."

மாறன் "இனிமே சரிபட்டு வராது." எஸ்.எஸ்.ஆர் ஷூட்டிங் முடிந்து வருகிறார். சமாதானப்படுத்துகிறார். "ராஜினாமாவா? அதெல்லாம் நம்ம கிட்ட வேண்டாம்." மாறன் "இல்லண்ணே... நாங்க கதை வசனம் எழுதிப் பொழச்சிக்குவோம். எங்கள விட்டுடுங்க." டி.விஎன்., "தம்பி... நீங்க சின்னப்பையன். பேசாம விடுங்க." மறுநாள் அண்ணாதுரையை டி.வி.நாராயணசாமி சந்தித்து கருணாநிதி புண்பட்டுப் போயிருக்கும் விஷயத்தைச் சொல்கிறார். கட்சியே வேண்டாம் என்று வெறுத்துப்போய் விட்டார் என்பதை அறிந்த அண்ணாதுரை அன்று மாலை தம்பிக்கு கடிதம் பகுதியில் கருணாநிதியைப் பாராட்டி எழுதுகிறார். அன்றோடு பிரச்சினை தீர்கிறது!

இமயம் டி.வியில் வேல்முருகனுக்கு கொடுத்திருக்கிற பேட்டியில் 1994ல் வைகோ தன் அரசியல் வாழ்க்கைக்கு முடிவு கட்ட இருந்த விஷயம் பற்றி குறிப்பிட்டார். கட்சியில் மேல்மட்டத்தில் தன்னை யாருக்கும் பிடிக்கவில்லை என்கிறதால் அரசியலில் இருந்து ஒதுங்கி கலிங்கப்பட்டி போய் செட்டில் ஆகி விட தீர்மானித்தவுடன் அவர் மனைவிக்கு மிகுந்த ஆசுவாசம். "ஊருக்கு போய்விடுவோம். நிம்மதியா இருப்போம்." விடுதலைப்புலிகள் அரசியல், திராவிட அரசியல் எல்லாவற்றிற்கும் முழுக்கு என்று அர்த்தம்.

அன்றைய வைகோ நிலை எல்லோருக்கும் தெரிந்ததுதான். கைத்தட்டல் கூட வைகோவிற்கு எரிச்சலாயிருந்திருக்கிறது. திமுகவிலிருந்து விலக வேண்டாம். வீட்டில் கட்சிக்கொடி கூட பறந்துவிட்டுப் போகட்டும். அரசியலிலிருந்து ஒதுங்கி விடுவோம் என்று உறுதியாகத் தீர்மானித்திருந்த நேரத்தில் கருணாநிதி இவர்

மீது கொலைப்பழி சுமத்துகிறார். அன்று ஆரம்பித்த தீவிர அரசியல் இன்று 21 வருடங்கள் ஓடி விட்டன என்று வேல்முருகனைப் பார்த்து சிரிக்கிறார் வைகோ.

மீது கொலைப்பழி சுமத்துகிறார். அன்று ஆரம்பித்த தீவிர அரசியல் இன்று 21 வருடங்கள் ஓடி விட்டன என்று வேல்முருகனைப் பார்த்து சிரிக்கிறார் வைகோ.

Fickle and Elusive Popularity

1965 இந்தி எதிர்ப்புப் போராட்டம் மூலம் பிரபலமான மாணவர்கள் என்று அரசியல் உலகில் கொடி கட்டியவர்கள் பலர். பெ.சீனிவாசன், எல்.கணேசன், (சசிகலா)எம்.நடராஜன், துரை. முருகன், வை.கோ, கே.காளிமுத்து, நா.காமராசன், ராஜாமுகமது என்று உடனே சிலர் ஞாபகத்திற்கு வருவார்கள்.

ஆனால் அன்று இந்த இந்தி எதிர்ப்புப் போராட்டத்திற்கு தலைமை தாங்கியவர் மாணவர் தலைவர் ரவிச்சந்திரன் என்பவர். அந்த நேரத்தில் போராட்ட கதாநாயகன். அன்றைக்கு தினத்தந்தியில் தலைப்புச் செய்தியில் இவர் புகைப்படம் தான் இடம்பெறும்.

எல்.கணேசன், பெ.சீனிவாசன், துரைமுருகன் எல்லாரும் இந்த ரவிச்சந்திரன் பின்னால் நின்றவர்கள்தான். அன்று இவர்கள் யாரும் பிரபலமில்லை. ரவிச்சந்திரன் தான் மிகவும் பாப்புலர்.

"சாஸ்திரி உன் வாயில் என்ன ப்ளாஸ்திரி?"

லால் பகதூர் சாஸ்திரி அப்போது பிரதமர்.

"பக்தவத்சலக் குரங்கே! பதவியை விட்டு இறங்கு!"

பக்தவத்சலம் தமிழக முதலமைச்சர்.

"கக்கா நீ சுட்டுத் தள்ள நாங்கள் என்ன கொக்கா?"

கக்கன் போலீஸ் மந்திரி.

ஓர் அரசியல் அதிசயம். இப்படி பிரபலமான ரவிச்சந்திரன் எப்படி திமுகவில் இணையவில்லை. அல்லது இவரை எப்படி திமுக கண்டு கொள்ளாமல் விட்டது.

நிச்சயம் ரவிச்சந்திரன் 1967 தேர்தலில் சட்டமன்ற திமுக வேட்பாளராக சுலபமாக போட்டியிட்டிருக்க முடியும். இவர் வக்கீல்

பட்டப்படிப்புதான் படித்திருக்கிறார். வக்கீல்தான் அரசியலுக்கு மிகவும் உகந்த தொழில். அப்படி இருந்தும் இவர் அரசியலுக்கு வரவில்லையா? சரி வக்கீலாகவாவது பிரபலமானாரா என்றால் அப்படியும் தெரியவில்லை. இந்தி எதிர்ப்பு போராட்டம் மூலம் அகில இந்திய அளவில் பிரபலமான ஒரு போராளி அதன் பிறகு தமிழக வரலாற்றில் இருந்தே காணாமல் போன விஷயம் மிகவும் விசித்திரமாயிருக்கிறது. முடிந்து போன விஷயம். It's over, but it happened this way. We know his name, not his story.

தீப்பொறி ஆறுமுகம்

மருத்துவமனையில் வயிறு ஊதிப்போய் இருக்கும் தீப்பொறி ஆறுமுகம் பேட்டி இரண்டு ஜூனியர் விகடன் இதழ்களில் பார்க்கக் கிடைத்தது. தீப்பொறி ஆறுமுகம் இரண்டு விஷயங்களை மறைக்கிறார். காமராஜர் காலத்தில் ஸ்தாபன காங்கிரஸில் பேச்சாளராக தீப்பொறி இருந்த விஷயம். மற்றொன்று 15 வருடங்களுக்கு முன் அதிமுகவுக்கு தாவியதைப் பற்றி. காலம் காலமாக அவர் திமுகவிலேயே இருந்து கொண்டு இருப்பது போல இந்தப் பேட்டிகளில் பேசியிருக்கிறார்.

ஸ்தாபனகாங்கிரஸில் தீப்பொறி பேச்சாளராக இருந்தபோது, "பெருந்தலைவர் எப்போதும் என்னைப் பார்க்கும்போதெல்லாம், டேய்... பேச்சக் கொறை. அடாவடியா பேசாதேன்னு திட்டறாரு"ன்னு பேசியதை அறிந்தவர்கள் இன்றும் உண்டு. அவர் அதிமுகவுக்கு தாவுவதற்கு இரண்டு நாட்களுக்கு முன் இரவு திருச்சி உறையூரில் "என் தலைவன் கலைஞர்" என்று உரக்கக் கூறும்போதெல்லாம் தன் தலையை இரண்டு கைகளால் அழுந்தப்பிடித்தவாறு கூப்பாடு போடுவதை நான் கேட்டிருக்கிறேன். அப்படி அவர் தலையைப் பிடிக்கும்போது இந்த வார்த்தைகளைச் சொல்வது ஏதோ மலையைப் புரட்டுகிற விஷயமாக்கும் என்ற ஒரு தோரணையும் பிரயாசையும் தெரியச் செய்வார்.

ஜூவி முதல் பேட்டியில் ஸ்டாலின் வந்து பார்ப்பார் என்கிறார். அடுத்த பேட்டியில் ஸ்டாலின் வந்து பார்த்து பொருளுதவி செய்த விஷயம் தெரிய வருகிறது. எம்.ஜி.ஆர் முதலமைச்சராய் இருந்த காலத்தில் தமிழகத்தில் சினிமா தியேட்டர்கள் போக மற்ற பொழுது போக்குகளில் தீப்பொறி ஆறுமுகம் பேச்சும் முக்கிய இடம் பெற்று இருந்தது. தீப்பொறியார் ஒரு ஊரில் பேசுகிறார் என்றால் கடையை

சற்று முன்னதாகவே அடைத்து விட்டு வியாபாரிகள் மீட்டிங்கிற்கு அவசர,அவசரமாக ஓடுவார்கள். இரவு ஒன்பது மணிக்கே ஊரில் பரபரப்பு தெரியும். அன்று சினிமா தியேட்டர்களில் செகண்ட் ஷோவுக்கு கூட்டம் குறைவாகத்தான் இருக்கும். எல்லா ஊர்களிலும் தீப்பொறி பேச்சுக்கு நல்ல கூட்டம் கூடும்.

எம்.ஜி.ஆரை கிழித்த கிழி...

1977ல் எம்.ஜி.ஆர் முதலமைச்சராக ஆகியிருந்த போது...

அமெரிக்க ஜனாதிபதி ஜிம்மி கார்ட்டர் இந்தியா வந்து விட்டுப்போனார். ஒரு வேளை சென்னைக்கு கார்ட்டர் வர நேர்ந்திருந்தால்... என்ன நடந்திருக்கும்? என்று தீப்பொறி காட்சிப்படுத்திய விதம்!

"கார்ட்டர், இந்திய பிரதமர் மொராார்ஜி தேசாய் இருவரும் மீனம்பாக்கம் ஏர்போர்ட் வந்து இறங்குகிறார்கள். எம்.ஜி.ஆர் வரவேற்கிறார். மொராார்ஜி தமிழக முதலமைச்சரை கார்ட்டருக்கு அறிமுகப்படுத்துகிறார். எம்.ஜி.ஆர் அமெரிக்க ஜனாதிபதியுடன் கைகுலுக்குகிறார்.

கார்ட்டர், தேசாய், எம்.ஜி.ஆர் மூவரும் ஒரே காரில். கார் வெளியே வருகிறது. அங்கே எதிரே எம்.ஜி.ஆர் நடித்த 'மீனவ நண்பன்' கட் அவுட். லதாவின் தொடையில் தன் தலையை வைத்திருக்கும் எம். ஜி.ஆர்!

கார்ட்டர் அந்த கட் அவுட்டை பார்க்கிறார். காரில் உட்கார்ந்திருக்கும் எம்.ஜி.ஆரைப் பார்க்கிறார். கட் அவுட்டைப் பார்க்கிறார். எம். ஜி.ஆரை உற்றுப்பார்க்கிறார். மீண்டும் கட் அவுட் பார்க்கிறார். காரில் உட்கார்ந்திருக்கும் எம்.ஜி.ஆரைப் பதற்றத்துடன் பார்க்கிறார். எம்.ஜி.ஆர் புன்னகைக்கிறார். மொராார்ஜி நெளிகிறார். பிரதமருக்கு தர்மசங்கட நிலை. கார்ட்டர் அதிர்ச்சியுடன் மொராார்ஜியிடம் கட் அவுட்டை காட்டி காரில் உட்கார்ந்திருக்கும் எம்.ஜி.ஆரையும் விரலால் சுட்டிக் கேட்கிறார்: 'என்ன இது?! அவன மாதிரியே இவன் இருக்கிறான்! இவன மாதிரியே அவன் இருக்கிறான். அவன மாதிரியே இவன்! இவன மாதிரியே அவன்!'

பெருமையான புன்னகையுடன் காரில் உட்கார்ந்திருக்கும் எம். ஜி.ஆரை எரிச்சலுடன் பார்த்துவிட்டு பாரதப் பிரதமர் அமெரிக்க

ஜனாதிபதியிடம் சொல்கிறார்: 'இவன் தான் அவன்... அவன் தான் இவன்...'

கார்ட்டர் காறித்துப்பியிருக்க மாட்டானா? நல்லவேளை அவன் தமிழ் நாட்டுக்கு வரல!"

இதை வார்த்தைகளால் எப்படி எழுதினாலும் ஆறுமுகம் இதைச் சொல்வதும், செய்யும் கொணஷ்டைகளும் நேரில் பார்த்தால்தான் புரியும். எழுதியெல்லாம் விளக்க முடியவே முடியாது.

மேட்டூர் டேமில் தண்ணீர் முழுவதுமாக வற்றிப்போய் விட்டதை தீப்பொறி விளக்குவது – "டேம்ல தண்ணீ கொறஞ்சி...கொறஞ்சி... 100 அடி... அதுவும் கொறைஞ்சி 80 அடி... அப்புறம் 50 அடி... 30 அடி உயரம் தான் தண்ணி... அதுவும் வத்தி 10 அடி...5 அடின்னு ஆகி கடைசியில டேம் எம்.ஜி.ஆரா ஆயிடுச்சி... டேய்... டேம் எம். ஜி.ஆரா ஆயிடுச்சி... புரிஞ்சா புரிஞ்சுக்க...புரிஞ்சா புரிஞ்சிக்க... புரியலன்னா பக்கத்தில ஒக்கார்ந்திருக்கிறவன கேட்டுத் தெரிஞ்சிக்க.."

"எம்.ஆர். ராதா சுத்தமா வேல செய்யத் தெரியாதவன்... அரைகுறையா... அவன் மட்டும் சரியா இவன் தொண்டயில போட்டிருந்தான்னா எவ்வளவு நல்லாயிருந்திருக்கும்! தமிழ்நாடு தப்பிச்சிருக்கும்.'

(ஒரு விஷயம். எம்.ஆர் ராதா சிறையில் இருந்தபோது ராதாவின் மகன் எம்.ஆர்.ஆர்.வாசு ரத்தக்கண்ணீர் நாடகம் போடுவார். தி.மு.கவில் உறுப்பினராக இருந்த வாசு ரத்தக்கண்ணீர் வசனம் பேசும்போதே சொல்வது: 'சுடத்தெரியாதவனெல்லாம் சுட்டுப்புட்டு உள்ள போய் ஒக்காந்துகிட்டான்!')

அதிமுகவிலும் மதுரை லோக்கல் பேச்சாளன் தீப்பொறிக்கு மதுரையிலேயே கொடுத்த பதிலடி: "டேய்! தீப்பொறி.. பாவம்டா நீ... நீ பாட்டுக்கு மீட்டிங், மீட்டிங்னு ஊர் ஊரா போயிடுற... ஒன் பொண்டாட்டிய பக்கத்து வீட்டு கோனான் டொல்த்திக்கிட்டு இருக்கான் அது தெரியுமாடா உனக்கு?!"

இன்று விக்கிரகங்களாக ஆகிவிட்ட இளையராஜா, ரஜினிகாந்த் பற்றியெல்லாம் மிக ஏளனமான தொனியில் தான் தீப்பொறி பேசுவார். 'ஏய்... ஆத்தா... ஆத்தோரமா வாறியா...'

டேய் ஆத்தாளயே ஆத்தாரமா வான்னு கூப்புடுறியேடா... உங்கோத்தாளயே கூப்பிடிறியே... நீ விளங்குவியா..."

ரஜினியை 'இந்த மெண்டல் பய பேச்ச, நடிப்ப படத்துல எப்படிடா ரசிக்கிறீங்க...'

'எனக்கு ஒரு ஆச... இந்த மெண்டல் பய ரஜினிக்கும், கொன்னவாயன் நெடுமாறனுக்கும் (பழ.நெடுமாறன்) பேச்சுப் போட்டி வைக்கணும். ரெண்டு பயல்ல எவன் ஜெயிக்கிறான்னு பாக்கணும்.'

இடது கம்யூனிஸ்ட் பி.ராமமூர்த்தி கால் ஊனமுற்றவர். அதிமுக முசிறி புத்தன் வீல் சேரில்தான் இருப்பவர்.

"எனக்கு ஒரு ஆச... இந்த பி.ராமமூர்த்திக்கும் முசிறிபுத்தனுக்கும் ஓட்டப் பந்தயம் வெக்கணும்... எவன் ஜெயிக்கிறான்னு பாக்கணும்"

முசிறி புத்தன் கொந்தளித்து அதிமுக மேடையில் "தீப்பொறி ஆறுமுகம் என் வீட்டுக்கு வந்தப்ப வெள்ளி டம்ளர்ல பால் கொடுத்தோம்...குடிச்சான்.. டம்ளரை காணல... திருடிட்டுப் போயிட்டான். திருட்டுப்பய.."

இதற்கு தீப்பொறியின் பதில் "நான் முசிறி புத்தன் வீட்டுக்குப் போனது நிஜம்.. பால் குடிச்சதும் நிஜம்... பால் குடிச்சேன்...பால் குடிச்சேன்.. ஆனா டம்ளர்ல இல்ல... டம்ளர்ல இல்ல... டம்ளர்ல இல்ல! புரிஞ்சுக்க... கூட்டத்தில இருக்கிறவன் புரிஞ்சா புரிஞ்சிக்க... புரிஞ்சா புரிஞ்சிக்க... இல்லன்னா பக்கத்தில இருக்கிறவன கேட்டுத் தெரிஞ்சிக்க... உங்களுக்கு விளக்கம் சொல்லியே நான் ஓய்ஞ்சி போயிடுவன்டா"

சினிமாக்காரர்கள் யாரையும் பற்றி நையாண்டிதான். விசு படங்கள் 'மணல் கயிறு', 'குடும்பம் ஒரு கதம்பம்' வந்திருந்த நேரம். "இப்ப ஒர்த்தன் வந்திருக்கான்யா..! விசு... நல்ல வேளை! அவன் பேரு 'குசு' இல்ல...!" மக்வானா மத்திய அமைச்சராயிருந்தவர். அவர் பெயரை தீப்பொறி சொல்லும்போது "மக்வானா, மக்குவானா, நக்குவானா, நக்குவானா"

காந்தி காமராஜ் தேசிய காங்கிரஸ் என்று ஒரு கட்சியை குமரி அனந்தன் நடத்திக்கொண்டிருந்தார். கா.கா.தே.கா!

குமரி அனந்தன் கட்சிப்பெயரை பழைய சினிமா பாட்டாகத்தான் ஆறுமுகம் பாடுவார்! _ "ஈனா, மீனா, டீகா, காகா காகா தேகா, ஈனா, மீனா, டீகா! காகா காகா தேகா! (இந்த பொன்ன கண்டதும் போத உண்டாகுதே!)"

"இந்த கம்யூனிஸ்ட்காரன் இருக்கானே... விஞ்ஞானி தகரத்தை என்னக்கி கண்டுபிடிச்சானோ அன்னக்கே...அன்னக்கே... அன்னக்கே தகரத்தை இப்படி நெளிச்சி... அப்படி நெளிச்சி கம்யூனிஸ்ட்காரன் உண்டியல கண்டு பிடிச்சுட்டான்யா... உடனே உண்டியல ஆட்டி ஆட்டி குலுக்கி..." உண்டியல் குலுக்குவதை மேடையில் தீப்பொறி நடித்தே காட்டும்போது கம்யூனிஸ்ட்களே அடக்க முடியாமல் சிரிக்க வேண்டியிருக்கும்.

சட்ட சபையில் உறுப்பினராய் இருந்தார் பழ நெடுமாறன். கேரளாவுக்கு எருமை மாடுகள் கடத்தப்படுவதை பேசிய நெடுமாறன் பற்றி "சட்ட சபையில இவன்.. இந்த கொன்னவாயன் பேசறான் – 'கே...கே..ஏ...ரளாவுக்கு எ...எ..எ..எருமை மாட்ட... க..க.. கடத்துறாங்கே..' எரும மாட்டுப்பய... சட்டசபையில இதயாடா பேசுறது?"

மதுரை முன்னாள் மேயர் மதுரை எஸ்.முத்து பற்றி "நான் அவன மதிக்கிறேன். முத்துக்கிட்ட எந்தக் கெட்ட பழக்கமும் கிடையாது.. தண்ணியடிக்க மாட்டான்... சிகரெட் கிடையாது... சூதாட மாட்டான்.. பொம்பள விஷயத்துலயும் சுத்தமானவன். ஆனா ஒண்ணு... பக்கத்தில ஒர்த்தன் பாக்கெட்ல ஒரு பத்து ரூபா வச்சிருந்தான்னா எப்படியாவது அத அடிச்சிடுவான்.பத்து ரூபாய லவட்டாம விட மாட்டான். விடவே மாட்டான்."

"ராஜீவ் காந்திய நல்லா கவனிச்சுப்பாருங்க... உத்துப்பாருங்க... சோன் பப்டி விக்கிறவன் மாதிரியே இல்ல!?"

ஜெயலலிதா ஓவர் கோட் போட்டிருந்த சமயத்தில் "இடுப்புல தான பாவாட. ஆனா கழுத்துல பாவாடைய கட்டிக்கிற ஒரே பொம்பள ஜெயலலிதா தான்."

இன்று கவுண்டமணி, வடிவேலு ஜோக்குகளை எப்போதும் பலரும் பேசி, நினைவு கூர்ந்து மகிழ்கிறார்கள் இல்லையா? அது போல அன்று நாகேஷ், சுருளிராஜன் ஜோக்குகளை உரையாடல்களில் நினைவு கூர்ந்து ரசிப்பது போல தீப்பொறி ஜோக்குகளும்

திரும்பத்திரும்ப பேசி ரசிக்கப்பட்ட நிலை. Indecent, improper, bawdy pleasantries!

தீப்பொறி ஆறுமுகத்துக்கு நடிகர்களுக்கு ஈடான நட்சத்திர அந்தஸ்து இருந்தது.

A Ferocious Politician

எம்.ஜி.ஆர் திமுகவிலிருந்து விலக்கப்பட்டபோது அவருடன் இணைந்தவர் என் மாமனார். கட்சி ஆரம்பிக்கு முன்னர் தாமரைக்கொடியை ஸ்ரீவில்லிபுத்தூரில் ஏற்றியவர். எம்.ஜி.ஆர் கட்சிக்கு கொடி நிச்சயிக்கும் முன் தாமரை வரையப்பட்ட கொடி தான் அதிமுகவிற்கு தமிழகமெங்கும் கம்பத்தில் ஏற்றப்பட்டது.

தி.மு.க. அமைச்சர் மாதவன் என் மாமனாரை கட்சியை விட்டு எம்.ஜி.ஆருடன் செல்ல வேண்டாம் என்று எவ்வளவோ போனில் பேசிப்பார்த்தார். நடக்கவில்லை. அதிமுகவை மேற்கு முகவை மாவட்டத்தில் வளர்ப்பதில் பெரும்பங்காற்றியவர் என்று கட்சிக்காரர்கள் சொல்வார்கள். தி.மு.க ஆட்சியில் அன்று அதனால் பல சிக்கல்களைச் சந்தித்தவர்.

அதிமுகவில் வெறும்பயல்களெல்லாம் பெரும்பணக்காரர்கள் ஆனபோது அந்தக்கால மதிப்பில் பல லட்சங்களை அரசியலில் தொலைத்தவர். He was a ferocious politician.

தி.மு.கவில் இருந்த மதுரை பழக்கடை பாண்டியை ஸ்ரீவி கிருஷ்ணன் கோவில் அருகில் அதிமுகவினர் தாக்க முற்பட்டபோது காரில் இருந்த சிறுவன் இளஞ்செழியன் இறக்கும்படியானது. பிரபலமான அந்த இளஞ்செழியன் கொலை வழக்கில் முக்கிய குற்றவாளிகள் இருவரில் ஒருவர் என் மாமனார். இன்னொருவர் தாமரைக்கனி. அப்போது தீப்பொறி ஆறுமுகம் இளஞ்செழியன் கொலை வழக்கு பற்றி ஆக்ரோஷமாக தமிழக திமுக மேடையில் என் மாமனார் பெயரைக் குறிப்பிட்டு விவரித்து பேசுவதுண்டு. முரசொலியில் என் மாமனார் புகைப்படம் போட்டு கடுமையாகத் தாக்கி எழுதப்பட்டது. (பழக்கடை பாண்டி பின்னால் அதிமுகவிற்கு வந்து, மதுரையில்

கொள்கை பரப்பு செயலாளர் ஜெயலலிதாவுக்கு சேலைகள் வாங்கிக் கொடுத்து, மேடையில் அநாகரீகமாக நடந்து கொண்டதனால், பின் ராமாவரம் தோட்டத்தில் அடி வெளுக்கப்பட்டது சுவாரசியமான தனிக்கதை.)

1977ல் எம்.ஜி.ஆர் ஸ்ரீவில்லிப்புத்தூர் வேட்பாளராக என் மாமனாரை தேர்தலில் நிற்கச் செய்ய முடிவெடுத்த போது "என்னை இங்கே நிறுத்தினால் அதிமுக ஒரு தொகுதியை இழக்க நேரிடும்" என்று சொல்லியிருக்கிறார். மம்சாபுரம் அறிவரசன் வேட்பாளராக கட்சியால் அறிவிக்கப்பட்ட போது அதை தடுத்து தாமரைக்கனியை வேட்பாளராக்கச் செய்தார்.

ஐந்தாம் முறையாக தாமரைக்கனி எம்.எல்.ஏ.வாக இருந்த போது ஒரு கூட்டத்தில் பேசிய போது சொன்னார்: "நான் முதல் முறையாக எம். எல்.ஏ ஆன போது ஒருமுறை என்னையும் சந்திரனையும் மௌண்ட் ரோட்டில் பார்க்க நேர்ந்த எம்.ஜி.ஆர், "சந்திரன்! அசெம்பிளிக்கு போகாம இங்க என்ன செய்றீங" என்று சந்திரனைப் பார்த்து கேட்டார். அப்ப சந்திரன் தான் ஸ்ரீவில்லிபுத்தூர் எம்.எல்.ஏ என்று எம்.ஜி.ஆரே நினைத்துக்கொண்டிருந்தார். எஸ்.எம்.டி சந்திரன் போட்ட பிச்சை இந்த எம்.எல்.ஏ பதவி"

—

1979ல் ஆளுங்கட்சிக்காரன் ஒருவனை கள்ளச்சாராய கேஸில் போலீஸ் அரெஸ்ட் செய்திருக்கிறது. அப்போது ஸ்ரீவில்லிபுத்தூர் ஸ்டேஷன் சப் – இன்ஸ்பெக்டர் ரெங்கராஜன். கட்சிக்காரர்கள் என் மாமனாரிடம் வந்து முறையிட்டவுடன் இவர் ஸ்டேஷனுக்கு வந்து எஸ்.ஐயைப் பார்த்திருக்கிறார். அவர் விசாரித்து விட்டு அனுப்பி விடுவதாக சொல்லியிருக்கிறார். இவர் சமாதானமாகி ஸ்டேஷனை விட்டு இறங்கிய போது எம்.எல்.ஏ தாமரைக்கனி "என்ன அண்ணாச்சி! விடமாட்டேன்றானா? வாங்க. அவன என்னன்னு கேப்போம்" என்று மீண்டும் ஸ்டேஷனுக்குள் அழைத்திருக்கிறார்.

போனவுடன் விவாதம் முற்றியிருக்கிறது. எஸ்.ஐ பொறுமையிழந்து இப்பகூட நான் சந்திரனை அரெஸ்ட் செய்ய முடியும். இளஞ்செழியன் கொலை வழக்குல வாரண்ட் இருக்கு" என்று சொல்லியிருக்கிறார். என் மாமனாரின் கையைப் பற்றி பிடித்திருக்கிறார். உடனே தாமரைக்கனி ஓங்கி எஸ்.ஐயின் பிடறியில் அடித்திருக்கிறார்.

அடித்தவர் அங்கு நிற்கவில்லை. உடனே ஸ்டேஷனை விட்டு வெளியேறி விட்டார்.

என் மாமனாரும் எஸ்.ஐயும் போலீஸ் ஸ்டேஷனில் கட்டிப் புரண்டு சண்டை போட்டிருக்கிறார்கள். சட்டசபையில் அன்று விவாதப்பொருள் ஆன நிகழ்வு. இது பற்றி அவருடைய டைரியில் எழுதியிருந்தார் : "கைது செய்யப்பட்டு மதுரை சென்ட்ரல் ஜெயிலில் நான் அடைக்கப்பட்டேன். அங்கிருந்த கைதிகள் எல்லோரும் என்னை 'ஆளுங்கட்சிக்காரன் ஒருவன் கைது செய்யப்பட்டு ஜெயிலுக்கு வந்திருக்கிறானே!' என்று அதிசயமாகப் பார்த்தார்கள்."

–

நான் என் திருமணப் பத்திரிக்கையைக் கொடுக்க மதுரை நத்தம் ரோட்டில் இருந்த எஸ்.பி. (நார்த்) ஆஃபிஸ் போயிருந்தேன். அங்கே என்னுடைய கல்லூரி வகுப்புத் தோழன் எஸ்.பி.யின் ஸ்பெஷல் ஆஃபிசராக இருந்தார். பட்டாபி. அவருடன் இன்னொரு ஸ்பெஷல் ஆஃபிசர். அவர் ரெங்கராஜன்! ஸ்ரீவில்லிபுத்தூர் போலீஸ் ஸ்டேசனில் என் மாமனாருடன் கை கலப்பில் ஈடுபட்ட எஸ்.ஐ. ரெங்கராஜன்.

பட்டாபிக்கு பத்திரிக்கை வைத்தேன். பட்டாபி பக்கத்தில் இருந்த ரெங்கராஜனிடம் சிரித்தவாறு சொன்னார்: "எஸ்.எம்.டி.சந்திரன் மகளைத் தான் என் நண்பர் ராஜநாயஹம் மணம் புரிகிறார்." என்னுடைய திருமணம் நவம்பர் ஏழாம் தேதி. பட்டாபி என்னிடம் "நவம்பர் பதினாறாம் தேதி ரெங்கராஜனுக்கு திருமணம்!" என்றார்.

நான் ரெங்கராஜனுக்கு என் திருமணப் பத்திரிக்கையை கொடுத்தேன். அவர் தன்னுடைய திருமணப் பத்திரிக்கையை எனக்குக் கொடுத்தார். கட்டாயம் திருமணத்திற்கு வரவேண்டும் என்று ரெங்கராஜன் என்னிடம் சொன்னார். நானும் என் திருமணத்திற்கு அவசியம் ரெங்கராஜன் வர வேண்டும் என்று கேட்டுக்கொண்டேன். இருவரும் ஒருவரையொருவர் வாழ்த்திக்கொண்டோம். "Wish you a happy married life!"

என் வகுப்புத் தோழன் பட்டாபி என் திருமணத்திற்கு வந்திருந்தார். ரெங்கராஜனால் வர முடியவில்லை. நானும் கூட அவர் திருமணத்தின் போது புது மாப்பிள்ளை என்பதால் போக முடியாமல் போய் விட்டது.

காவன்னா காளிமுத்து

கா.காளிமுத்து சிவகாசி தொகுதி திமுக எம்.எல்.ஏ.வாக இருந்தபோதெல்லாம் கூட மதுரையில் ஒரு டுட்டோரியல் கல்லூரி(VTC)யில் ஆசிரியராக வேலை பார்த்தார். அவர் பிரபலமானதெல்லாம் தி.மு.கவிலிருந்து விலகி எம்.ஜி.ஆர் கட்சியில் சேர்ந்தபோது தான்.

தி.மு.கவையே எம்.ஜி.ஆர் கட்சி என்று தான் பாமர மக்கள் சொல்வார்கள். தி.மு.க ஆட்சிக்கு வருவதற்கு முன்னர் காரில் பயணம் செய்து கொண்டிருந்த தி.மு.க ஸ்தாபகர் அண்ணாதுரையிடம் விராலிமலையில் வெள்ளந்தியாக பாமர அம்மையார் ஒருவர்

"நீங்க எம்.ஜி.ஆர் கட்சி தான?" என்று கேட்டதுண்டு.

எஸ்.எஸ்.ராஜேந்திரன் பாணி தொனியில் ஆர்.எஸ்.மனோகர் போல தோளை குலுக்கி காளிமுத்து மேடையில் பேசுவார். சங்க இலக்கியத்தில் குறிப்பிட்ட ஒரு பகுதியை அடுக்கிப் பேசி எல்லா கூட்டங்களிலும் பலத்த கைத்தட்டல் வாங்குவார். Soap box orator. சிறந்த பேச்சாளர் தான்.

என் மாமனார் எஸ்.எம்.டி. சந்திரனிடம் பல உபகாரங்கள் பெற்றவர். எம்.ஜி.ஆர் கட்சியில் சேர்ந்த போது பொருளாதாரத்தில் காளிமுத்து மிகவும் பின் தங்கியிருந்த நிலை. மேற்கு முகவை மாவட்டத்தில் கட்சியை வளர்த்ததில் பெரும் பங்கு வகித்த என் மாமா தன் சொத்தில் இருந்து கட்சிக்கு செலவழித்தவர். இரண்டாவது மனைவி நிர்மலா காளிமுத்து ஆஸ்பத்திரியில் அட்மிட் ஆன நிலையில் என் மாமா ஒரு கனமான ரெட்டை வட செயினை காளிமுத்துவிடம் கொடுத்து, அதை மம்சாபுரம் அறிவரசன் மூலமாக அடகு வைத்து அந்த பணத்தில் தான் ஆஸ்பத்திரி செலவை சமாளித்தார். நகையைத் திருப்பித் தரவில்லை. நகை மதிப்பு பெரிய அளவிலானது. அந்த நகையை அடகிலிருந்து மீட்க காளிமுத்து அக்கறை காட்டவில்லை.

அப்போது எம்.ஜி.ஆர் ஆட்சிக்கு வந்திராத காலம். இந்தச் சம்பவமே 1977க்கு முன் நடந்த விஷயம். என் மாமா பெரிய முரடர். காளிமுத்துவிடம் கேட்கும்போது " திருப்பி தந்து விடுகிறேன், அண்ணாச்சி" என்று பவ்யமாக சொல்லியிருக்கிறார். வேறு வழியில்லாமல் ராமாவரம் தோட்டத்திற்கு போய் எம்.ஜி.ஆரிடமே என் மாமா நடந்த விஷயத்தை சொல்லிவிட்டார். எம்.ஜி.ஆர் கோபமாகி உடனே காளிமுத்துவை தோட்டத்திற்கு வரவழைத்து 'உடனே சந்திரனிடம் வாங்கிய நகையை திருப்பிக்கொடு' என்று டோஸ் விட்டார். நகை திருப்பப்பட்டு என் மாமா கைக்கு வந்தது. ஒரு கசப்பான நிகழ்வு தான்.

1977க்கு பின்னர் காளிமுத்து ஊராட்சி துறை மந்திரியாகி, 1980ல் விவசாய அமைச்சராக இருந்த நேரத்தில் தாமரைக்கனி எம்.எல்.ஏ ரொம்ப பிரபலம். அப்போது என் மாமனாரிடம் காளிமுத்து, "என்ன அண்ணாச்சி, சும்மா இருந்த பயலை பெரிய ஆளாக்கி விட்டுட்டீங்க. அவன் காமராஜ் நாடாரவிட பெரிய ஆளாயிடுவான் போல இருக்கு" என்று அங்கலாய்ப்பாக கட்சிக்காரர்களை வைத்துக்கொண்டே ஸ்ரீவில்லிபுத்தூரில் சொல்லியிருக்கிறார்.

எம்.ஜி.ஆர் இருக்கும்போதே ஜெயலலிதாவை எதிர்த்து அரசியல் செய்தவர் காளிமுத்து. மூன்றாவது பீரியடில் கூட விவசாய மந்திரியாக இருந்தார். துக்ளக் சோ தன் பத்திரிக்கையில் அடுத்த திராவிட தலைவராக காளிமுத்துவை கணித்து எழுதியிருந்தார். கேள்வி பதிலில் கூட இப்படிச் சொல்வார். ஆனால் அப்படியெல்லாம் நடக்கவில்லை.

1989ம் ஆண்டில் அவர் பாராளுமன்ற உறுப்பினராக இருந்த போது அவரை நான் மதுரை ரயில் நிலையத்தில் சந்திக்க நேர்ந்தது. அவரிடம் என்னைக் காட்டி ஒரு வக்கீல் "மாமா, ராஜநாயஹம் யார் தெரியுமா? எஸ்.எம்.டி.சந்திரனின் மருமகன்" என்றார்.

அப்போது என் மாமனார் இறந்து இரண்டாவது வருடம். காளிமுத்து என்னை ரயில் நிலைய ஓய்வறைக்கு அழைத்து சென்று ரொம்ப உணர்ச்சி வசப்பட்டுக் கண் கலங்கினார். "சந்திரனுக்கு நீங்க மருமகன்னா எனக்கும் மருமகன்தான். நானும் சந்திரனும் சகோதரர்களை விட நெருக்கமான நேசம் பாராட்டியவர்கள்." என்றார். ஜெயலலிதாவை வறுத்து எடுத்தவர். வசந்தசேனையென்று

தாக்கினார். காளிமுத்து பயன்படுத்தியதால் பிரபலமான ஒரு பழைய சொலவடை "கருவாடு மீனாகாது, கறந்த பால் மடி புகாது."

ஜெயலலிதாவுடன் சமாதானமாகி, சமாதானமாகி என்ன, சரண்டர் ஆனார். ஜெயலலிதாவுக்கு முதல்வராவதில் சட்ட சிக்கல் ஏற்பட்ட நேரத்தில் சபாநாயகராயிருந்த தன்னை முதல்வர் ஆக்க மாட்டாரா என்று தவித்தார். ஆனால் பன்னீர் செல்வம் முதல்வர் என்பதை காரில் போகும்போது ரேடியோவில் செய்தியாக அறிந்த போது உடைந்து போனவர் தான். தனக்கு ஜெயலலிதா இழைத்த பெருத்த அவமானமாக இதைக் கருதினார். அதன் பின் அவர் உடல்நிலையும் மோசாகியது. இந்த அதிர்ச்சி தான் காளிமுத்து மரணத்தை துரிதப்படுத்தியது.

மு.க.முத்து

கருணாநிதி வீடு உள்ள அதே கோபாலபுரம் தெருவில் என் மறைந்த நண்பன் சவ்வாஸ் முபாரக்கின் சகோதரி பாப்பாத்தியக்கா வீட்டுக்கு(1986ல்) போயிருந்தேன். எதிர் வீடு மு. க.முத்து வீடு. அங்கிருந்து கிளம்பும்போது கருணாநிதி வீட்டிலிருந்து வெளியேறிய நபர் முழு போதையில் சட்டை பட்டன் அனைத்தும் திறந்திருந்த நிலையில் நடக்க முடியாமல் நடந்து வந்துகொண்டிருந்தார். முக முத்து.

சேகண்டி இனாயத்துல்லா "இங்க பாரு, மு.க.முத்து!" தன் வீட்டில் நுழைந்த அவர் அங்கே எதிர் வீட்டில் நின்றிருந்த என்னையும், சேகண்டி இனாயத்தையும் சவ்வாஸ் பரூக்கையும் பார்த்துக்கொண்டேதான் நுழைந்தார்.

உடனே வெராண்டாவில் உட்கார்ந்தார். உள்ளே இருந்து ஒரு ஆள் அப்போது சாப்பாட்டு தட்டை கொண்டு வந்து வைத்தவுடன் அதிலிருந்த மாமிசத்தை உடல் மடியக் குனிந்து ஐவ்வை இழுத்துக் கடித்து சாப்பிட்டார். வீழ்ச்சி என்பதன் முழு படிமம்.

கோட்டையில பொறந்தாலும் விதி போட்ட புள்ளி தப்புமா? குழந்தையாய் இருக்கும்போது தாயை இழந்து சிறுவனாய் இருக்கும்போது தாயற்ற பிள்ளை. அப்பா மீட்டிங் பேசி விட்டுப் படுக்கும்போது பாட்டியாலும் மாறன் தாயாராலும் வளர்க்கப்பட்டவர் முத்து. திருவாரூரில் அப்பா அசதி தீர கால் பிடித்து விடுவார்.

அப்பா அந்தக் காலத்தில் நூறு ரூபாய் தருவார். மு.க.முத்து சேட்டை செய்தால் அப்பாவுக்கு அடிக்கக் கூடத் தெரியாது. தூசி தட்டுவது போல் இவர் உடம்பில் தட்டி 'சீ ராஸ்கல்... ராஸ்கல் சீ' என்பார்.

எழுபதுகளில் கட்சி உடைந்த நிலையில் கருணாநிதி அரசியல் சொல்லடி கல்லடி படும்போதும், மு.க.முத்து திமுகவின் அரசியல் எதிரிகளால் அரசியலில் பகடையாய் உருட்டப்பட்டபோது, அவரைப் புத்திர பாசத்தோடு பாதுகாத்துத் தன் எதிரிகளை நோக்கி சொன்னார்:

"பாவம் அவன் ஒரு இளந்தளிர். அவனை விட்டு விடுங்கள். "

அவரின் புத்திர பாசத்திற்கு அக்னி பரீட்சை வைத்து தந்தையை சித்திரவதை செய்ய ஆரம்பித்தார் முக முத்து. ஜெயலலிதா கொடுத்த ஐந்து லட்சத்திற்குக் கூட விலைபோனார் என்பது கருணாநிதி எதிர்கொண்ட மிக மோசமான சோகம்.

எம்.ஜி.ஆர் முதல்வராயிருந்தபோதே, ஒரு முறை முத்து கோபித்துக்கொண்டு ராமாவரம் தோட்டத்திற்குப் போய்விட்டார். ஆனால் எம்.ஜி.ஆர் அவரை சமாதானப்படுத்தி 'நான் அப்பாவிடம் பேசுகிறேன்' என்று திருப்பி அனுப்பி விட்டார்.

பைபிளில் கெட்ட குமாரன் என்று ஒரு கதை உண்டு. ஒரு வழியாக அவருடைய வனவாசம் முடிந்து வீடு திரும்பிய நிகழ்வை தமிழ்ப் பத்திரிகைகள் அனைத்தும் கொண்டாடின. திருந்திய கெட்ட குமாரன்.

மு.க.முத்து வின் மனைவி, (தாய்மாமன் சிதம்பரம் ஜெயராமன் மகள்) குழந்தைகளோடு அவரை விட்டுப் பிரிந்த பின் இவர் நடத்திய வாழ்க்கையில் சம்பந்தப்பட்டவர்கள்:

நெல்லூர் அனுசூயா இவருக்கு வேலைக்காரியாக வந்து இவருக்கு ஒரு பெண் மகவைப் பெற்ற பின் வீட்டம்மா ஆகியதால் அதன் பின் வேலைக்காரியாக வந்த சீர்காழி பானுவும் இவருக்கு மனைவியாகி பானு இல்லாமல் முத்துவால் வாழவே முடியாது என்ற நிலை

மு.க.முத்துவுக்கு ஏற்பட்டது. பானுவும் மு.க.முத்துவும் "மூன்று தமிழ் தோன்றியது உன்னிடமோ?" பாடி, லாயிட்ஸ் காலனி ஹௌசிங் போர்டில் தினமும் அக்கம் பக்கத்தார் கேட்க கச்சேரி நடத்தியது,

சிவாஜி கணேசன் இறந்தபோது மு.க.முத்து தி நகர் பஸ் ஸ்டாண்ட் அருகே உள்ள பிராந்திக்கடையை திறக்கச் சொல்லி அனுசூயா, பானுவுடன் காரில் வந்து (அழகிரி கொடுத்த கார்) ரகளை செய்தது:

"ஏண்டா சிவாஜி செத்துட்டா உலகமே அழிஞ்சிடுச்சா. கடையை திறங்கடா டே."

அண்ணாவின் பிரபல நாடகம் 'வேலைக்காரி' திரைப்படமாகவும் வந்து அவருக்குத் தமிழகத்தின் பொன்னாட் ஷா பட்டம் வாங்கித் தந்த வேலைக்காரி காவியம்.

மு.க.முத்துவுக்கு அண்ணா மீது ரொம்பப் பிரியம். அதனால் வேலைக்காரி மீதும்.

அனுசூயா மு.க.முத்து மகள் ஷீபா பீஸ் கட்ட முடியாமல் பள்ளியில் இருந்து டிஸ்மிஸ் ஆகி இருக்கிறாள். அறிவுநிதியின் ஆட்கள் மிரட்டி அடிக்கவும் செய்யும் போது போலீசுக்கும் போக முடியாமல் அனுசூயா மிரண்டு 'இவன் கிட்ட சிக்கிக்கிட்டேன். போதாக்குறைக்கு நானே எனக்கு ஒரு சக்களத்தியை தேடிகொண்டேன் ' என்று கண்ணீர் விட்ட விஷயம்.

எல்லாம் எப்போதோ நடந்த பழைய விஷயங்கள்...

2003ம் ஆண்டு முத்து திருவாரூரில் இருந்த போது இவரிடம் ஒருவர் 'அண்ணே உங்க செல் போன் நம்பர் கொடுங்க' என்று கேட்ட போது இவர் பதில் "போய்யா என் வாழ்க்கையே செல்லரிச்சு போச்சி"

மு.க.முத்து சொந்தக் குரலில் பாடிய ஒரு பாடல் 'அணையா விளக்கு' படத்தில்

'கூன் பிறையை போற்றிடுவோம்
குர் ஆனை ஓதிடுவோம்
மென்மை மிகு மெக்காவின் திசை நோக்கிப் பாடிடுவோம்
நல்ல மனத்தில் குடியிருக்கும் நாகூர் ஆண்டவா
பிறர் நலனை விரும்பி நானும் வேண்டவா
யாரும் வருவார் யாரும் தொழுவார்
நாகூர் ஆண்டவன் சன்னிதியில்
நானும் உண்டு நீயும் உண்டு
நபிகள் நாயஹம் முன்னிலையில்'

இந்தப்பாடலை நான் என் முஸ்லிம் நண்பர்களை சந்திக்கும்போது எப்போதும் பாடுவேன். 'ராஜநாயஹமே, நீங்க எங்க மார்க்கத்தில் பிறந்திருக்க வேண்டிய ஆள்' என்று நெகிழ்வார்கள்.

மு.க.முத்து பாடிய இன்னொரு பாடல் 'சமையல்காரன்' படத்தில்
'சொந்தக்காரங்க எனக்கு ரொம்பப் பேருங்க,
நான் சொத்தா நினைக்கிறது
உங்க அன்பைத்தானுங்க'
தாயில்லாமல் வளர்ந்த பிள்ளை. Spoilt Child.

முத்து பாடல் கச்சேரியில் அப்பா வசனம் எழுதி கல்யாண்குமார்
நடித்த 'தாயில்லாப் பிள்ளை' படத்தில் டி.எம்.எஸ் பாடிய பாடலை
எப்போதும் அனுபவித்துப் பாடுவார்.

'தாயில்லாப் பிள்ளை
பேச வாயில்லாப் பிள்ளை'

அதில் சரணமுடிவில்

'இன்று ஊருமில்லை உறவுமில்லை யாரும் இல்லையே
நான் கடந்து வந்த பாதையிலே அமைதி இல்லையே
நான் தாயில்லாப்பிள்ளை
பேச வாயில்லாப்பிள்ளை'

தன் நடவடிக்கைகளால் உறவுகளைச் சிரமப்படுத்தி அவர்களிடம்
கெட்ட பெயர் வாங்கியவர். நல்லா இருந்தாலே உறவுகள்
சீராக இருக்க முடியாத உலகம் இது. தம்பி தமிழரசுவின் மகள்
திருமணத்திற்குக் கூட அதிருப்தி காரணமாக மு.க.முத்து போக
விரும்பவில்லை.

குடித்துவிட்டு முன் ஒரு தடவை அப்பாவைப் பார்க்க
மாடியேறியபோது மு.க.முத்துவைப் பிடித்து கீழே தள்ளி விட்டார்
மு.க.தமிழரசு என்ற வருத்தம் கூட மறந்திருக்க முடியாது.

உறவுகளுக்கு இவரால் பல வருத்தங்கள். குடும்பத்தில் மூத்த
பிள்ளை சரியில்லை என்ற வருத்தம் அப்பாவுக்கும், சகோதர
சகோதரிகளுக்கும் இருக்கத்தானே செய்யும். இவருக்குத் தன்னை
அவர்கள் உதாசீனம் செய்கிறார்கள் என வருத்தம்.

தயாளு அம்மையார், ராசாத்தி அம்மாள் பிள்ளைகள் வேறு,
பத்மாவதி பெற்ற முத்து வேறு, அவர்கள் கண்ணில் வெண்ணை,
தன் கண்ணில் சுண்ணாம்பு என்ற ஆதங்கம்.

மு.க.அழகிரி மீது மட்டும் முத்துவுக்கு பாசம் பிரியம் இருக்கிறது.

"அப்பாவுக்குப் புகழ் போதும், அழகிரி நல்ல தம்பி, ஸ்டாலின் மாறவேண்டும் "

கட்சியை விட்டு அழகிரி ஓரம் கட்டப்பட்டபோது கோபாலபுரம் வீட்டிற்குப் போய் அதற்கு எதிர்ப்பு தெரிவித்துத் தகராறு செய்து சத்தம் போட்டிருக்கிறார். மாடியில் இருந்து அவருடைய அப்பா ரியாக்ஷன்

"முத்து குரல கேட்டு எவ்வளவு, நாளாச்சி"

எல்லாம் பழைய விஷயங்கள்...

2011 சட்டசபை தேர்தலின்போது மிகவும் உடல் நிலை சீர்கெட்டு ஆஸ்பத்திரியில் சீரியசாக இருந்தார். திமுக தலைவரே பிரச்சார மேடையிலேயே சொன்னார்- 'என் மூத்த மகன் மு.க.முத்து இன்று மிக ஆபத்தான உடல் நிலையில் மருத்துவமனையில் இருக்கிறார்...'

இதுவும் பழைய விஷயம்...

இப்போது அப்பாவும் இல்லை.

What a piece of work is a Man!

R. P. ராஜநாயஹம் யார்?

மணிக்கொடி சிட்டி: நேர்மையே வாழ்க்கையாகவும் வஞ்சனை
கண்டால் வெகுண்டு எழும் தன்மையும் கொண்ட அருமை நண்பர்
அன்பே உருவானவர் R.P.ராஜநாயஹம்

கி. ராஜநாராயணன்: நீங்கள் புதுவையை விட்டுப்போனது எனக்கு
ஒரு இழப்பு. நல்ல ஒரு சினேகம் விட்டுப் போச்சி. இப்போதெல்லாம்
நல்ல மனுசர்களைப் பார்ப்பது அருகிக்கொண்டே வருகிறது. கொஞ்ச
நாள் பழகினாலும் மனைசப் பிய்த்துக் கொண்டு போய்விட்டீர்கள்.
என்னோடு வந்து பழகியவர்களில் நீங்கள் வித்தியாசமானவர்தான்.
நீங்கள் பேசுவதைக் கேட்டுக்கொண்டே இருக்கலாம். அவ்வளவு
அனுபவங்கள் புதைந்து கிடக்கிறது உங்களிடம். அதே
பேச்சை நீங்கள் எழுத்தில் கொண்டுவர ஆரம்பித்து விட்டால்
நாங்களெல்லாம் நடையைக் கட்ட வேண்டியது தான்.

டாக்டர்.கி.வேங்கடசுப்ரமணியம்: அன்புமிக்க அறிஞர்
ராஜநாயஹத்திற்கு, அறிந்தவர் அறிஞர். நீங்கள் நன்கு
அறிந்தவர். எனவே இப்பட்டத்தைப் பெறத் தகுதியானவர். சரி
துணைவேந்தரைத் தவிர வேறு யார் பட்டம் கொடுக்க முடியும்?

சாரு நிவேதிதா: ராஜநாயஹம் உலக இலக்கியத்தின் வாசகர். எனக்கு ஷேக்ஸ்பியரில் சந்தேகம் ஏதும் இருந்தால் அவரிடம்தான் கேட்பது வழக்கம். ஹாலிவுட் சினிமா பற்றி அதிகம் அறிந்தவர். அறிவினால் வியக்க வைத்தவர். எப்படி ஒரு ராஜா மாதிரி வாழ்ந்தவர், இந்த ராஜநாயஹத்தைப் பற்றித்தான் வீழ்ந்தாலும் லியர் மன்னன், மன்னன்தானே என்று எழுதினேன். சங்கீதத்திலும் கரை கடந்தவர் ராஜநாயஹம்.

யமுனா ராஜேந்திரன்: நண்பர்களை முத்தமிட்டு இறுக அணைத்துக் கொள்ளும்போது நம் உடலில் தொற்றும் ஆனந்தமும் ஈரமும் பரவசமும் போன்றது R. P. ராஜநாயஹம் எழுத்துக்கள். கொஞ்சமாய் வார்த்தைகள். நூறு சொற்களுக்குள் நான்கைந்து அனுபவங்கள். அவரது பதிவுகளின் கடைசி வாக்கியங்களில் அழகையும் ஆச்சர்யத்தையும் அதீதமான அடக்கத்தையும் விலக்கத்தையும் அவர் ஒளித்து வைத்திருப்பார். ராஜநாயஹம் எழுத்தாளர்களின் எழுத்தாளர்.

www.ingramcontent.com/pod-product-compliance
Lightning Source LLC
Chambersburg PA
CBHW020748160726
47993CB00006B/2664